யாம் துஞ்சலமே

இலக்கியம் – சமூகக் கட்டுரைகள்

இரா.கதிரவன்

டிஸ்கவரி பப்ளிகேஷன்ஸ்
எண்: 9, பிளாட் எண்: 1080A, ரோஹிணி பிளாட்ஸ்
முனுசாமி சாலை, கே.கே.நகர் மேற்கு,
சென்னை - 600 078. பேச: 99404 46650

வெளியீட்டு எண்: 0354

யாம் துஞ்சலமே (கட்டுரை)
ஆசிரியர்: இரா.கதிரவன்©

Yaam Thunjalame (Essay)
Author: R.Kathiravan ©
Print in India
ISBN: 978-81-19541-53-9
1st Edition : Apr - 2024
Pages - 196

Publisher • *Sales Rights*

Discovery Publications
No. 9, Plot,1080A, Rohini Flats,
Munusamy Salai,
K.K.Nagar West, Chennai - 78.
Tamilnadu, India.
Mobile: +91 99404 46650

Discovery Book Palace (P) Ltd
No. 1055-B, Munusamy Salai,
K.K.Nagar West,
Chennai-600 078.
Ph: (044) 4855 7525
Mobile: +91 87545 07070

discoverybookpalace@gmail.com / www.discoverybookpalace.com

இந்த நூலில் பிரசுரமாகியுள்ள எந்த ஒரு பகுதியையும் எழுத்துபூர்வமான முன்அனுமதி பெறாமல் எடுத்தாள்வதோ, மறுபிரசுரம் செய்வதோ, மொழியாக்கம் செய்வதோ, ஊடகங்களில் மறுபதிப்புச் செய்வதோ, காப்புரிமைச் சட்டப்படி தடை செய்யப்பட்டுள்ளது. இந்த நூலிலிருந்து சில பகுதிகளை மேற்கோள்காட்டி நூல்அறிமுகம் செய்யலாம்.

உங்கள் மொபைல் போனிலிருந்து ஸ்கேன் செய்து 'டிஸ்கவரி புக் பேலஸ்' மொபைல் ஆப்பை டவுன்லோடு செய்து, புத்தகங்களை வாங்குங்கள்.

காணிக்கை

பெற்றெடுத்து வளர்த்து ஆளாக்கி,
எனக்குள் வாசிப்புப் பழக்கத்தை உண்டாக்கிய
என் பெற்றோர்
திரு.வெ.இராமநாதன் - திருமதி இராதா ஆச்சி ஆகியோருக்கு

நன்றி

எழுத்துலகுக்கு, அதிலும் குறிப்பாக நூலாக்க முயற்சியில் புதியவனான எனக்கு, தனது பல அலுவல்களுக்கு இடையிலேயும், மொத்தக் கட்டுரைகளையும் வாசித்து அணிந்துரை வழங்கிய 'வள்ளுவர் குரல் குடும்பம்' நிறுவனரும், சுங்கத்துறை முன்னாள் உயர் அதிகாரியுமான திரு சி.இராஜேந்திரன், ஐ.ஆர்.எஸ் (ஓய்வு) அவர்களுக்கு எனது சிரம் தாழ்ந்த நன்றியைத் தெரிவித்துக்கொள்கிறேன்.

இந்தக் கட்டுரைகள் நூலாக உருப்பெற முழுமுதற் காரணமாக இருந்ததுடன், மகிழ்வுரையும் எழுதி வழங்கிய சகோதரர் திரு தமிழ் இயலன் அவர்களுக்கும், பொறியியல் பயின்ற நான், தமிழ் இலக்கியம் ஓரளவேனும் கற்க முடியும் என்ற நம்பிக்கையை ஏற்படுத்தி ஊக்கம் கொடுத்த பல்லடம் மாணிக்கம் ஐயா அவர்களுக்கும் என் நன்றி.

பத்திரிகைகளில் வந்த எனது கட்டுரைகளை வாசித்தும், தொடர்ந்து எழுதவும் உற்சாகப்படுத்திய எனது அண்ணாமலை பல்கலைக்கழக நண்பர்கள் மற்றும் 'முதல் மொழி' அமைப்பினர் அனைவருக்கும் என் நன்றி உரித்தாகுக.

குறிப்பாக, அமெரிக்காவில் வசித்து வரும் சமூக ஆர்வலர் திரு வி.பழனியப்பன் அவர்களும், 'முதல் மொழி'யின் முன்னாள் ஆசிரியர் அன்பழகன் அவர்களும் தொடர்ந்து அளித்த ஊக்கமே என்னை இங்கு கொண்டுவந்து சேர்த்துள்ளது எனலாம்.

'தினமணி' ஆசிரியர் குழுவுக்கும், துணை ஆசிரியர் ராஜ்கண்ணன் அவர்களுக்கும் எனது நன்றியைத் தெரிவித்துக்கொள்கிறேன்.

இந்நூலை மிகச் சிறந்த முறையில் பதிப்பித்த திரு மு.வேடியப்பன் அவர்களுக்கும், எழுத்தாளர் பொன்ஸீ மற்றும் அட்டை வடிவமைத்த வெ.பாலாஜி, ஓவியங்கள் வரைந்தளித்த சரவணன் அபிராமி, மெய்ப்புத் திருத்தி உதவிய வாசல் எழிலன் ஆகியோருக்கும் நன்றி.

வாசிப்பு - கனவு - எழுத்து என தனி ஓர் உலகில் சஞ்சரித்துக் கொண்டிருந்த என்னைச் சகித்துக்கொண்டு, அதில் குறுக்கிடாது உதவிய என் மனைவி மலர்க்கொடி மற்றும் மகன் - மருமகள் ஆகியோருக்கும் நன்றியைத் தெரிவித்துக்கொள்கிறேன்.

என்னுரை

என் பெற்றோர் இருவருக்கும் வாசிக்கும் பழக்கம் இருந்தபடியால், அதற்கான சூழல் வீட்டில் நிலவியது; ஏழெட்டு வயதில் வாசிப்புப் பழக்கத்தில் சிக்கிக்கொண்டேன். கல்லூரி வாழ்க்கைக்குப் பின்னர் புனைகதைகள் தாண்டி வாசிக்கத் தொடங்கினேன்.

எழுபதுகளில் புகுமுக வகுப்பு படிக்கும்போது, பேராசிரியர் ஜெ.ஸ்ரீசந்திரன் அவர்கள் தமிழ் வகுப்பு நடத்தும்போது, சிலம்பில் மாதவி - கோவலன் பிரிவு குறித்தும், மாதவி அனுப்பும் மடல் குறித்தும் விளக்கினார். 'மாலை வாராராயினும் மாணிழை காலை காண்குவம்...' என்ற வரியைச் சொல்லி, "மைனர் எங்க போயிடுவார்... சாயந்தரம் இல்லன்னா காலையில வந்துடுவார்" என மாதவி சொல்வதைப்போல, அவர் பேச்சுவழக்கில் வேடிக்கையாகச் சொன்னது, பல ஆண்டுகளுக்குப் பின்னர் நினைவு வந்து, புத்தகக்காட்சியில் 'சிலப்பதிகாரம்' வாங்கிப் படிக்கத் தொடங்கினேன்.

'கம்பராமாயணம்' வாசிக்க வேண்டும் என்ற ஆர்வத்தில், அதற்கு நல்ல உரை வேண்டும் என பல்லடம் மாணிக்கம் ஐயா அவர்களை அணுகியபோது, "நல்ல ஆர்வம்தான், இப்போது இதைப்படி" என்று கூறி, ச.வே.சு. அவர்களின் குறுந்தொகை கொடுத்துப் படிக்கச் சொன்னார். அதன் நீட்சியாக சில தொகை நூல்கள் பரிச்சயமாயின.

சுமார் முப்பத்தி ஐந்து ஆண்டுகால பொறியாளர் - மேலாண்மைப் பணியில் இருந்து விருப்பஓய்வு பெற்ற பின்னர், எழுத வேண்டும் என்ற ஆவல் அவ்வப்போது தலைகாட்டும். 'முதல்மொழி' மற்றும் 'தினமணி' ஆகியவற்றில் கட்டுரைகள் எழுதத் தொடங்கினேன். நான் படித்து மகிழ்ந்த சில வரிகள், பிறருக்கு உதவும் என நான் எண்ணிய சில கருத்துகள், என்னைப் பாதித்த சில நிகழ்வுகள் ஆகியவற்றை அடிப்படையாகக் கொண்டு எழுதினேன் - எழுதுகிறேன்.

இரு பகுதிகளாகப் பிரிக்கப்பட்டிருக்கும் இந்தத் தொகுப்பில், தமிழ் இலக்கியத்தில் எனக்குப் பிடிபட்ட ஒரு சில கவிதைகளை மெருகூட்டுவதாக நான் நினைத்துக்கொண்டு எழுதி உள்ள கட்டுரைகள், மற்றும் கல்வி, மேலாண்மை, சமூகப் பிரச்னைகள், தனிநபர் சந்திக்கும் பிரச்னைகள், நிர்வாகம் போன்றவற்றை ஒரு பகுதியாகவும் திரட்டி நூலாக்கம் செய்துள்ளேன்.

- இரா.கதிரவன்

9003698212 - kathiravanr2001@gmail.com

அணிந்துரை

சி.ராஜேந்திரன், IRS

மேனாள் முதன்மை ஆணையர்
சுங்கம், நடுவண் கலால் & சேவை வரி (ப/நி)

நிறுவுநர் - ஒருங்கிணைப்பாளர்
'வள்ளுவர் குரல் குடும்பம்'
www.voiceofvalluvar.org

நன்றறிவாரின் பல்சுவை விருந்து

உலகில் வாழும் அனைத்து மனிதர்களின் வாழ்க்கையை நான்கு வட்டங்களில் அடைத்துவிடலாம்; முதலாவது, தனக்காக வாழ்வது; இரண்டாவது, தன் குடும்பத்துக்காக வாழ்வது; மூன்றாவது, தன்னைச் சார்ந்த உறவும் நட்பும் நலமுடன் வாழ ஆவன செய்வது... இம்மூன்றையும் கடந்து தன்னலமற்று பொதுநலம் கருதி, பொதுவெளியில் இறங்கி, சமுதாயத்தில் காணப்படும் குறைகளைக் களைந்து ஒரு சமத்துவ சமுதாயத்தை, ஓர் அறம் சார்ந்த சமுதாயத்தை உருவாக்க முயற்சி செய்வது, நான்காவது வகை.

மாந்தர்கள் பலரும் பல்வேறு காரணங்களால் முதல் மூன்று நிலைகளிலேயே தங்களது இயக்கத்தை நிறுத்திக்கொள்வர்; தவறில்லை. வாழ்க்கையே பலருக்கும் போராட்டம்தான். வெகு சிலரே இம்மூன்றையும் கடந்து பொதுவெளியில் இயங்க முடியும். அத்தகையவர்களின் தன்னலமற்ற கூட்டுப் பங்களிப்பால்தான் ஒரு சமுதாயம் படிப்படியாக மேன்மேலும் வளர்ச்சி பெறும். அந்த வகையில் 'யாம் துஞ்சலமே' என்ற இந்த 46 குறுங்கட்டுரைகள் அடங்கிய நூலின் ஆசிரியர், சொல்லேருழவர் நண்பர் கதிரவன், தான் வாழும் சமுதாயம் மேன்மேலும் வளர்ச்சி பெற வேண்டும், இன்றைய அறிவியல் தொழில்நுட்பம் சார்ந்த நடைமுறைகளைத் தமிழ்ச் சமுதாயம் பின்பற்றி வாழ்வை மேம்படுத்திக்கொள்ளவேண்டும், சிறந்த மேலாண்மைக் கொள்கைகளைப் பல்வேறு நாடுகளின் நடைமுறைகளில் இருந்து உள்வாங்கிக்கொண்டு அனைத்து துறைகளிலும் திறம்பட செயல்பட வேண்டும் என்ற நல்லெண்ணத்தில் தனது நீண்ட நெடிய களப்பணி அனுபவங்களைப் பகிர்ந்துகொள்ளும் விதமாக இந்தக் கட்டுரைகள் அமைந்துள்ளன.

தமிழினம் தமது பாரம்பரியமிக்கப் பழமையில் காலூன்றி, புதுமையில் பூத்துக்குலுங்க வேண்டும் என்ற நூலசிரியாரின்

உள்ளக்கிடக்கை இலக்கியம், சமூகம் சார்ந்த கட்டுரைகள் வாயிலாக வெளிப்படுகிறது. பொறியியல் படித்த நூலாசிரியர் பழந்தமிழ் நூல்களில் கொண்டுள்ள ஆர்வம் பாராட்டத் தக்கதாகவும் வியக்க வைப்பதாகவும் உள்ளது.

சிலப்பதிகாரம், புறநானூறு, குறுந்தொகை, கலித்தொகை, முத்தொள்ளாயிரம், நவீன இலக்கியம் என இவரது பார்வை பரந்துபட்டதாக உள்ளது. பழந்தமிழ் இலக்கியங்களை மிகவும் ஆழ்ந்து படித்துள்ளார் என்பதை இவரது எழுத்து நடையும், இலக்கிய மேற்கோள்களும் விளக்கி நிற்கின்றன.

இந்த நூலில், தினமணி நாளிதழ், மற்றும் அண்ணாமலைப் பல்கலைக்கழக முன்னாள் மாணவர்கள் நடத்தும் 'முதல்மொழி' என்ற மாத இதழுக்கும் இந்த நூலாசிரியர், பல்வேறு சமயங்களில் எழுதிய 46 கட்டுரைகள் உள்ளன. அவற்றில் 15 கட்டுரைகள் இலக்கியம் சார்ந்தவை, நான்கு கட்டுரைகள் மேலாண்மையையும், இரண்டு கட்டுரைகள் கல்விப்புலத்தையும், 25 கட்டுரைகள் இன்றைய நாட்டு நடப்பையும் சமூகம் எதிர்கொள்ளும் சிக்கல்களையும் சார்ந்துள்ளவை என வகைப்படுத்தலாம்.

இவரது இலக்கியம் சார்ந்த கட்டுரைகளில் அழகியலும், அன்றைய-இன்றைய வாழ்வியலும் முன்னிறுத்தப்படுகின்றன. இலக்கியத்தில் நாம் மேலோட்டமாகக் கடந்துபோகும் சில வரிகளின் ஆழத்தை இந்தக் கட்டுரை ஆசிரியரின் எழுத்து வெளிக்கொண்டு வந்திருக்கிறது. சிலப்பதிகாரம், பாஞ்சாலி சபதம் போன்றவற்றில் ஒருமுறை மட்டுமே வந்துபோகும் துணைப்பாத்திரங்கள் பற்றிய ஆழமான செய்திகளை சில வரிகளில் நூலாசிரியர் விவரிக்கும்போது, காப்பியத்தில் நாம் கவனிக்கத் தவறும் இடங்கள் மீது புதியவெளிச்சம் பாய்கிறது என்பதை உணர முடிகிறது.

'சங்கத்தமிழ் பாட்டும், லியோ டால்ஸ்டாயும்' என்ற கட்டுரையில் நூலாசிரியரின் கவித்துவ உள்ளம் வெளிப்படுகிறது. துணையோடு இருக்கும் அனைத்து உயிரினங்களும் ஆழ்ந்த உறக்கத்தில் உள்ளன. ஊரே உறங்குகிறது. ஆனால், தலைவனைப் பிரிந்திருக்கும் தலைவி மட்டும் தலைவன் வருகையை எதிர்நோக்கி இரவு முழுவதும் உறக்கம் வராமல் விழித்திருக்கிறாள். அருகே உள்ள குன்றிலிருக்கும் நொச்சி மரத்திலிருந்து விழும் பூவின் ஓசைகூட தலைவியின் செவிப்பறைக்கு எட்டுகிறது. ஆனால், தலைவன் வருகையைக் காட்டும் அவன் காலடி ஓசை மட்டும் கேட்கவில்லை. டால்ஸ்டாய் கதையிலும் இதே போன்று ஒரு வருணனை வருகின்றது என்று இந்தக் கட்டுரை சுட்டுகிறது.

சமுதாய உணர்வு கொண்ட இந்த நூலசிரியாரும் தனது தூக்கத்தை தொலைத்ததால் எழுந்த நூல் இது என்றும் கொள்ளலாம். வள்ளுவர் கூறுவார்,

நன்றறி வாரிற் கயவர் திருவுடையர்
நெஞ்சத்து அவலம் இலர். *(குறள்: 1072)*

நன்மை தீமை அறிந்தவரைவிட கயவரே நல்ல பேறு உடையவர். ஏன் என்றால், கயவர் தம் நெஞ்சில் எதைப் பற்றியும் கவலை இல்லாதவர் .

இன்று, ஊழல் அரசியலார், கடமை மறந்து வணிகராகிய சில கல்வியியலார், முறையற்ற வாணிகர், கயவர் என அனைவருமே, செல்வமுடையவராகிக் கொழிக்கின்றனர். சிறிதும் மனக்கவலை இன்றி, மமதையுடன் திரிகின்றனர்.

ஆனால், நூலாசிரியர் கதிரவன், 'நற்குடி உருவாக்கம், தளர்ந்தகுடி இடர்நீக்கம், சிறந்தகுடிப் பண்பாக்கம், தீயகுடிக் களைநீக்கம், உயர்ந்தகுடிப் புகழாக்கம்' (– தமிழண்ணல்) என்பன பற்றி சிந்திக்கிறார். அதன் விளைவே இந்தக் கட்டுரைகள்.

மகாகவியின் நெஞ்சை அள்ளிய சிலப்பதிகாரம், இவரின் நெஞ்சத்தையும் அள்ளியிருக்கிறது என்பது சிலப்பதிகாரம் மற்றும் சங்கப் பாடல்கள் தொடர்பான கட்டுரைகள் மூலம் தெரிகின்றது. 'சேரன் கண்ட கொடுகொட்டி ஆட்ட'த்தில் (வஞ்சிக்கண்டம் நடுகற் காதை) கூத்துக் கலைஞர் கூத்தச்சாக்கன், தனது உடலிலும் உணர்ச்சிகளிலும் ஒரே சமயத்தில் ஈசனின் நடனத்தையும், அவனில் பாதியான உமையவளின் மௌனத்தையும் வெளிப்படுத்தும் கூத்துக் காட்சியை, நூலாசிரியர் தனது விவரிப்பில் நம் கண்முன்னே கொண்டுவந்து நிறுத்துகிறார்.

மற்றொரு கட்டுரைக்கு இளங்கோவடிகளின் 'கூடலான் கூடாயினன்' என்ற வரிகளே தலைப்பாகிறது. 'பெயரற்றோர் பேசும் புகழ்மிக்க வரிகளில்' மகாகவி பாரதியாரின் 'பாஞ்சாலி சபதம்', 'சிலப்பதிகாரம்', 'முத்தொள்ளாயிரம்' என்ற மூன்றிலும் மூன்று பெயர் தெரியாத துணைப் பாத்திரங்களை அரங்கில் ஏற்றி நம்மோடு உரையாட வைக்கிறார். 'மத்தம் பிணித்த கயிறு' கட்டுரை மூலம், புத்திக்கூர்மை மிக்க, மனவுறுதி கொண்ட மோர், வெண்ணை, நெய் விற்கும் சங்ககாலப் பெண்மணியை நமக்கு அறிமுகம் செய்கிறார். இது ஒரு நகைச்சுவை இழையோடும் கட்டுரை. இவ்வாறாக 15 இலக்கிய கட்டுரைகள் மூலம் பல்சுவை விருந்து படைக்கிறார் நூலாசிரியர்.

சமூகம் சார்ந்த கட்டுரைகளில், இன்று சமூகம் எதிர்கொள்ளும் பிரச்னைகளைக் குறிப்பிட்டு அவற்றின் மூல காரணம் என்ன? அதற்கான தீர்வுகள் எப்படியெல்லாம் இருக்க வேண்டும்? அரசு தன் பங்குக்குச் செய்ய வேண்டிய செயல்கள் எவையெவை? மக்கள் ஆற்ற வேண்டிய கடமைகள் என்னென்ன? என்று நேர்த்தியாகப் பட்டியலிடுகிறார். நூலில் உள்ள கட்டுரைகளைப் படிக்கும்போது,

நோய் நாடி நோய்முதல் நாடி அது தணிக்கும்
வாய்நாடி வாய்ப்பச் செயல். *(குறள்: 948)*

நினைவுக்கு வருவதைத் தடுக்க இயலவில்லை.

எந்த வகையான பிரச்னைகளாக இருந்தாலும், பிரச்னையை மட்டும் முன்வைக்காமல் அவற்றை எவ்வாறு எதிர்கொள்ள வேண்டும் என்பதை இந்த நூலாசிரியர் ஒவ்வொரு கட்டுரையிலும் குறிப்பிடத் தவறுவதே இல்லை.

வெள்ளத்தனைய இடும்பை அறிவுடையான்
உள்ளத்தில் உள்ளக் கெடும். *(குறள்: 622)*

என்பது வள்ளுவம்.

வெள்ளம்போல் துன்பம் அளவற்றதாக வந்தாலும், அறிவுக்கூர்மை உடையவர் அதனை வெல்லும் வழிமுறைகளை, தன் மனத்தை முற்றாக அதன்பால் செலுத்தினால் தீர்வுகள் புலப்படும் என்பதற்கேற்ப கட்டுரைகள் அமைந்துள்ளன.

இவர், சமுதாயம் சார்ந்த கட்டுரைகளின் மூலம் அரசியல், பொருளாதாரம், அறிவியல், தாய்மொழி, உள்ளாட்சி, முதியோர் பிரச்னை, கருத்துச் சுதந்திரம், கல்வியின் பயன் என பல்வேறு வகையான சமூகப் பிரச்னைகளை அலசி ஆராய்ந்து அவற்றுக்கான தீர்வுகளையும் முன்வைக்கிறார். 'சேவை சேமிப்பு வங்கி' என்ற கட்டுரை, முதியோர் பிரச்னைக்கானத் தீர்வை மற்ற நாடுகளின் அனுபவத்திலிருந்து முன்வைக்கிறது. ஊழலில் குற்றம் சாட்டப்பட்டு சிறைசென்று திரும்பும் இன்றைய அரசியல்வாதிகளையும், அந்நிய ஆட்சியில் விடுதலைப்போராட்டத்தில் சிறைசென்று, கொடிய தண்டனை அனுபவித்து, சிறையிலிருந்து மீண்டுவந்த - மடிந்துபோன அன்றைய சிறைவாசிகள் பற்றி எழுதப்பட்ட கட்டுரை 'சிறைவாசம்: இன்றும் அன்றும்'. மொழிகளை எவ்வாறு அழிந்துபோகாமல் காப்பது, எவ்வாறு வளர்த்தெடுப்பது என்பது பற்றி அக்கறையோடு பேசுகிறது 'மொழிகளின் எதிர்நீச்சல்' என்ற கட்டுரை. அங்கதச் சுவையோடு எழுதப்பட்ட 'எல்லாவற்றையும் சகிக்கலாமா?' என்ற

கட்டுரை, இன்று நாடு எதிர்கொள்ளும் 19 வகையான பிரச்னைகளைப் பட்டியலிடுகிறது. 'சகிப்புத்தன்மை ஒரு வகையில் நல்லதுதான். ஆனாலும், எல்லா விடயங்களிலும் அதை நாம் கடைபிடிக்கக் கூடாது; மாற்றம் தேவையான இடங்களில் நாம் முயற்சி செய்து அவற்றை மாற்ற வேண்டும்' என்கிறார்.

'மேலாண்மை' என்ற வகைப்பாட்டில் வரும் 'முக்கியமானவற்றுக்கு முதலிடம்', 'நெருக்கடிகளும் படிக்கட்டுகளாகும்', 'தலையாட்டி பொம்மைகள்', 'எதிர்காலத் தலைவர்கள்' என்ற கட்டுரைகளில் இந்த நூலாசிரியரின் மேலாண்மைத்துறை சார்ந்த அறிவும், களப்பணிகளில் அவர் பெற்ற அனுபவமும் வெளிப்படுகிறது.

இந்தக் கட்டுரைகள் தனிமனிதன், நிறுவனங்கள், அரசு என்ற மூன்று நிலைகளிலும் பயனுள்ளதாக இருக்கும் என்பது என் கருத்து. புத்தக அன்பளிப்பானது தனிமனிதன் மற்றும் சமுதாயம் என்று இரு தளங்களில் பயன்தரவல்லது. ஆதலால், 'புத்தகங்களைப் பரிசளியுங்கள்... புத்தகங்களையே பரிசளியுங்கள்!' என்று தேற்ற ஏகாரத்துடன் வலியுறுத்துகிறது, 'புத்தகங்களைப் பரிசளியுங்கள்!' என்ற கட்டுரை. பள்ளிச்சிறார்கள் புத்தகமூட்டைகளை அளவுக்கு அதிகமாக சுமந்துசெல்வது, நூலாசிரியர் மனத்தில் சுமையைக் கூட்டி இருக்கிறது. அதற்கான தீர்வை முன்வைக்கிறது 'சுகமான சுமைகள் தேவை!' என்ற கட்டுரை.

இவ்வாறு, இந்த நூல் முழுவதும் இலக்கியம், அரசியல், பொருளாதாரம், அறிவியல், சமூகம் என பல்வேறு தளங்களில் நின்று, நூலாசிரியர் கதிரவன் தனது பட்டறிவையும் படிப்பறிவையும் கலந்து கொடுத்திருக்கும் இந்தக் கட்டுரைகள், படிப்பவருக்குச் சுவையைத் தரும்; பயனுள்ளதாகவும் விளங்கும். பல்வேறு சமூகப் பிரச்னைகளை அலசி, அவற்றை எவ்வாறு அணுகுவது என்று ஒவ்வொரு கட்டுரையும் விளக்குவதால், போட்டித் தேர்வுகளுக்குத் தயாராகும் மாணவர்களுக்கும் இந்த நூல் பயனுள்ளதாக இருக்கும் என்பது என் எண்ணம்.

மொத்தத்தில் இந்த நூல், அறுசுவை விருந்துபோல, படிப்பவருக்கு ஒரு பல்சுவை விருந்து. தான் கற்றவற்றை 'யாம் பெற்ற இன்பம் பெறுக இவ்வையகமே!' என்ற நோக்கில், மற்றவரும் உணரும் வண்ணம் நிரல்பட இந்த நூலாசிரியர் கூறியிருப்பதால் அவர் மணம் வீசும் மலருக்கு ஒப்பாகிறார். அவர் மேலும் இந்த வகையில் நூல்கள் பல 'மண் பயனுற' எழுத வேண்டும் என்பது என் அவா.

நூலாசிரியர் கதிரவனைப் பாராட்டுகிறேன்; வாழ்த்துகிறேன்!

மகிழ்வுரை

கவிஞர் தமிழ்இயலன்,
தமிழ்நாட்டரசின் மாற்றுத்திறனாளிகள் நலவாரிய உறுப்பினர்,
தமிழ்த்துறை ஒருங்கிணைப்பாளர், அண்ணா பல்கலைக்கழகம்.
இயக்குநர்: 'நான் ஓர் ஐஏஎஸ்' அகாடமி.
9443019087, 9841619087
thamizhiyalan@gmail.com.

'முத்துக்கள் முப்பத்தொன்று!'

'முதல் மொழி' அமைப்பின் பெருமைக்குரிய படைப்பாளிகளில் முதன்மையானவர் நண்பர் பொறிஞர் இரா.கதிரவன்.

இவர் தனது சிந்தனைகளை உரைப்பது மட்டுமின்றி, தொடர்ந்து எழுத்தாக்கம் செய்தும் வருகிறார்!

குறிப்பாக இவரது படைப்புகள் 'தினமணி' நாளிதழில் வந்திருக்கின்றன; வந்துகொண்டும் இருக்கின்றன!

இந்நூலில், இரா.கதிரவனின் சிந்தனைகள் இருவகையாகப் பதிவாகி இருக்கின்றன. இலக்கியங்கள் ஒரு பகுதியாகவும், சமூகச் சிந்தனைகள் மறுபகுதியாகவும் நமக்குக் கிடைக்கின்றன.

முதல் பகுதியில் 'பறம்புமலை தந்த வள்ளல் பாரி' என்பதிலிருந்து 'சங்கத் தமிழ்ப் பாட்டும் - லியோ டால்ஸ்டாயும்' என்பது வரையில் பதினைந்து கட்டுரைகள் இலக்கியங்களின் உள்ளுறை உவமைகளையும், இறைச்சியையும், பிறிது மொழிதலையும், வஞ்சப்புகழ்ச்சியையும் நமக்குக் கொண்டுவந்து மிகச் சுவையாகச் சேர்க்கின்றன.

இவற்றில் சில முழுமையான கவிதைகளாகவே வார்க்கப்பட்டு இருக்கின்றன.

முதற் பகுதியில் இருக்கும் மற்றொரு சீரிய படைப்பு 'வேண்டாம் போர்!' என்ற தலைப்பில் வந்திருக்கிறது. புறநானூற்றின் 87ஆம் பாடலுக்குப் புதுக்கவிதையில் உரை எழுதியிருக்கிறார் கவிஞர் கதிரவன்!

முத்தமிழறிஞர் கலைஞரின் பாதையில் மிக அழகாகப் பயணித்து யாத்திருக்கிறார் இக்கவிதையை!

இன்னும் சில ஆண்டுகள் கழித்து இந்தக் கவிதையை பள்ளி, கல்லூரி ஆண்டு விழாக்களில் மாணவர்கள் ஒப்புவிப்பதை நம் செவிகுளிரக் கேட்டு மகிழமுடியும் என்பதில் ஐயமில்லை!

★ ★ ★

இரண்டாம் பகுதியிலிருக்கும் கட்டுரைகளின் எண்ணிக்கை முப்பத்தொன்று!

இப்பகுதியை 'முத்துக்கள் முப்பத்தொன்று' என்றுகூட நாம் தலைப்பிடலாம்!

'ஷேர் ஆட்டோ' என்ற பெயரில் இருக்கிற கட்டுரை நம்மை பங்குத்தானியில் ஏற்றுகிறது; நம்முடனே பயணிக்கிறது; நம்மை உடன் அழைத்துச் செல்கிறது; கடைசியில் ஜெமினியில் இறக்கிவிட்டுச் சென்றுவிடுகிறது! மிக அருமையான படிம உத்தியில் எழுதப்பட்டு இருக்கும் அழகிய கட்டுரையாகும் இது!

'ஷேர் ஆட்டோவில்' உடன் பயணிக்கும் பயணிகள் முதல், 'டிராபிக் போலீஸ்' வரை நம் கண்முன் கொண்டுவந்து நிறுத்தி விடுகிறார் கதிரவன்!

சொல்லப்போனால், ஜெமினியிலிருந்து அண்ணாநகருக்கு நான் தனியாகத் திரும்பி வந்தேன். அந்தப் 'பயணக் கட்டண'த்தை கதிரவன் அவர்கள் எனக்குத் திருப்பித்தர வேண்டும்.

'மொழிகளின் எதிர்நீச்சல்' என்ற கட்டுரை கடந்தகாலத்தையும், நிகழ்காலத்தையும், எதிர்காலத்தையும் ஒருசேரக் கொண்டுவந்து சேர்த்திருக்கிறது!

எதிர்நீச்சல் என்பது வினைத்தொகை அல்லவா? 'எதிர்த்த, எதிர்க்கின்ற, எதிர்க்கப் போகும்' என்று முக்காலத்தையும் மொழிப்போராட்ட அடிப்படையில் விரித்தும் விவரித்தும் நிற்கிறது இக்கட்டுரை!

வங்கதேச மொழிப்போர் தொடங்கி, சங்கம் வளர்த்த தமிழ் மொழியின் தேவை வரை தரவுகளோடும், வழிகாட்டுதல்களோடும் இக்கட்டுரை பதிவுசெய்து தந்திருக்கிறது!

இப்பகுதியின் மற்றொரு முகமையான கட்டுரை...'பிழைகள் மறைக்கப்பட வேண்டியவை அல்ல!'

பொதுவாக நம்பிக்கை சார்ந்த கட்டுரைகள் எழுதுகிறவர்கள் எதிர்மறைச் செய்திகளை எடுத்துக்கொள்வதையும், தீர்வுகளைக் கூறுவதையும் மிகக் குறைவாகவே செய்வார்கள்.

ஆனால், கதிரவன் இந்த இடத்திலும் தனித்து நிற்கிறார்!

குழந்தைகள் அறியாமல் செய்கிற சிறுசிறு பிழைகளை பெற்றோர்களிடமும், ஆசிரியர்களிடமும் மனம் விட்டுப் பேசி சரிசெய்துகொள்கிற வாய்ப்பினை ஏற்படுத்தித் தரவேண்டும் என்ற தீர்வு இக்கட்டுரையில் முன்மொழியப்பட்டிருக்கிறது!!

மொத்தத்தில் இந்நூல் ஒரு படைப்பாளியின் முதல் நூலாகத் தோன்றவில்லை..!

பல்லாண்டு சிந்தனை ஓட்டத்தில் முகிழ்த்திருக்கிற முதன்மை நூலாக இருக்கிறது!

கதிரவனாரே..!

நெருப்புபோலச் சிந்திக்கிறீர்கள்!

ஒளியாகி வெளிச்சம் தருகிறீர்கள்!

எழுத்தாக்கி மேலுயர்த்துகிறீர்கள்!

உங்கள் படைப்புகள்

கலங்கரை விளக்குகளாகட்டும்!

தலைமுறை பல கரையேறட்டும்!

'முதல்மொழி' அமைப்பின் சார்பான நல்வாழ்த்துகள்!

பொருளடக்கம்

பகுதி - 1

1. பறம்புமலை தந்த வள்ளல் பாரி — 18
2. காலமும் நேரமும் — 21
3. வீரம் விளைத்த பூமி! — 24
4. சேரன் கண்ட கொடுகொட்டி ஆட்டம் — 27
5. கூடலான் கூடாயினான் — 31
6. காக்கை குருவி எங்கள் சாதி — 35
7. கள்வன் மகன் — 40
8. புலவர் காட்டும் பீடுடையாளர் — 44
9. வெறுங்கூடு காவல் கொண்டாள் — 48
10. பெயரற்றோர் பேசும் புகழ்மிக்க வரிகள்! — 52
11. மத்தம் பிணித்த கயிறு — 57
12. ஆயிரம் கண் போதாது... — 61
13. வான்வெளியில் வர்ணஜாலம்! — 66
14. வேண்டாம் போர்! — 69
15. சங்கத் தமிழ்ப் பாட்டும் - லியோ டால்ஸ்டாயும் — 73

★ ★ ★

பகுதி - 2

1. பழைய அலமாரி	79
2. ஷேர் ஆட்டோ	82
3. அடிப்படை உரிமை காப்போம்!	86
4. ஆய்வுக்கூட்டம் எழுப்பும் சிந்தனைகள்	90
5. முக்கியமானவற்றுக்கு முதலிடம்	94
6. நெருக்கடிகளும் படிக்கட்டுக்களாகும்!	97
7. சுகமான சுமைகள் தேவை!	101
8. சேவை சேமிப்பு வங்கி	104
9. தரமும் நன்னெறிகளும்	107
10. நல்லது நடக்குமா?	113
11. புத்தகங்களைப் பரிசளியுங்கள்!	116
12. இது தவறான முடிவு!	119
13. மனிதநேயம் பெருகட்டும்!	122
14. சிறைவாசம்: இன்றும் அன்றும்!	126
15. தலையாட்டி பொம்மைகள்	129
16. இயற்கையும் இணக்கமான வாழ்வும்	134
17. அறிவியல் நோக்கும், ஆய்வு நோக்கும்!	138
18. மொழிகளின் எதிர்நீச்சல்	142
19. எல்லாவற்றையும் சகிக்கலாமா?	148
20. எதிர்காலத் தலைவர்கள்	152
21. உள்ளாட்சியும், அதிகாரப் பரவலும்!	155
22. கொடிதினும் கொடிது... முதுமையில் தனிமை!	158
23. தவிர்ப்போம், தனிமனித வழிபாடு!	164
24. அரசும் மக்களும்	168
25. இணைந்தால் தவறில்லை	172
26. சீரமைப்பு செய்ய வேண்டிய நேரம்	175
27. பிழைகள் மறைக்கப்பட வேண்டியவை அல்ல!	179
28. கருத்துச் சுதந்திரம் காப்போம்!	182
29. மாற்றங்களுக்குத் தயாராகட்டும் மனம்	186
30. அறிவியல் மகளிரை ஊக்குவிப்போம்	189
31. சோறு நிதந்தேட மட்டுமா கல்வி?	192

★ ★ ★

பகுதி - 1

1
பறம்புமலை தந்த வள்ளல் பாரி

தமிழில் சங்கப் பாடல்கள் மூவாயிரத்துக்கும் குறைவே. அவற்றிலும், அகப் பாடல்கள்தான் அதிகம். வீரம் – கொடை இவற்றை பாடும் புறப்பாடல்கள் சுமார் ஐநூறு மட்டுமே உள்ளன.

அரசனின் வீரம் – வள்ளல் தன்மையைப் புகழும் பாடல்கள், அரசனுக்குப் புலவர்கள் நன்மை – தீமை, செய்யத் தக்கவை – செய்யத் தகாதவை என்று அறிவுறுத்தல், அரசர்களுக்கு இடையில் போரை நிறுத்தத் தூது செல்லுதல், சில சமயம் போர் செய்யாது முடங்கியிருக்கும் அரசனை இடித்துரைத்துப் போருக்கு அனுப்புதல், போரில் இன்னுயிர் நீத்த அரசனைப் பாடுதல் எனவும் அமைந்துள்ளன.

பரிசுப் பொருட்களை நாடி வரும் எழைப் புலவர்களை பரிசுப் பெற்றுத் திரும்பும் புலவர்கள், மன்னனின் வள்ளல் தன்மையை புகழ்ந்து, வழி சொல்லி அனுப்பும் பாடல்கள் உண்டு.

போரில் கணவனை இழந்த மனைவி - தாய், சிறுவனைப் போருக்கு அனுப்பும் தாய், கணவனை இழந்து தீப்பாய முயற்சிக்கும் அரசி, தந்தையை இழந்த சிறுமியர் மற்றும் அரசை இழந்த மன்னர் பாடும் பாடல்களும், ஏழ்மையையும் – வளத்தையும் விளக்கும் பாடல்களும், கண்களை ஈரமாக்கும் கையறு நிலைப் பாடல்கள்களும் உள்ளன.

மூன்று அடிகளில் இருந்து நாற்பது அடிகள் வரை பாடல்கள் உள்ளன.

தமிழர் வாழ்வுமுறை – வரலாறு ஆகியனவற்றை முழுமையாகத் தெரிந்துகொள்ள, புறநானூறு பேருதவி புரியும்.

இதோ, ஒரு சிறிய, எளிய, இனிய பாடல்:

"என்ன அய்யா, புலவர்கள் எல்லாரும், 'பாரி... பாரி' என ஓயாது புகழ்ந்து தள்ளுகிறார்கள்? பாரி ஒருவர்தான் உலகிலேயே வள்ளலோ? அவர் ஒருவர்தான் வாரி வாரி வழங்குவாரோ? கேட்காமலும் கொடுப்பாரோ? உலகைக் காப்பாற்றுபவர் வேறு யாருமில்லையோ? மழை என ஒன்று இருப்பது இவர்களுக்குத் தெரியாதா? மழையும்தான் எல்லாருக்கும் பொழிகின்றது, கேட்காமலே பொழிகின்றது! உலகைக் காப்பாற்றுகின்றது! பாரி என்னய்யா பெரிய பாரி!"

என்ன நயம்..! என்ன இனிமை பாருங்கள்!

பாடல் வரிகள் இதோ...

"பாரி பாரி என்றுபல ஏத்தி
ஒருவாற் புகழ்வர், செந்நாப்புலவர்:
பாரி ஒருவனும் அல்லன்;
மாரியும் உண்டு ஈண்டு உலகுபுரப்பதுவே."

- கபிலர் – புறநானூறு: *107.*

2
காலமும் நேரமும்

"காலம் கடவுள் கையில், நேரம் மனிதன் கையில்" என்பார் எழுத்தாளர் ஜெயகாந்தன் அவர்கள்.

சில விஷயங்களை காலம் மட்டுமே நிர்ணயம் செய்கிறது. அது மட்டுமல்ல, மனக்காயங்களை ஆற்றுகிறது; பகையைப் போக்குகிறது, தொலைந்த பணம் - கலைந்த கனவு - துரோகமான நட்பு - எதிர்பாராத தோல்வி - இழந்த காதல் - மறைந்த தாய் இவையெல்லாம் தரும் தாங்கொணாத் துன்பத்தைக்கூட மறக்கச் செய்கிறது; வேதனையை மாற்றும் அருமருந்தாக அமையக்கூடியது காலம்.

நேரம் சற்று வேறுபட்டது. அது ஆளுக்கு ஆள், இடத்துக்கு இடம், செயலுக்கு செயல் என வேறுபாடு காட்டும்.

மனம் ஒன்றி ஒரு செயலில் ஈடுபடும்போது பல நாழிகைகள், சில நொடிகளாய் சடுதியில் செல்லும்; மனம் ஈடுபாடு அற்ற ஒரு வேலையில் நொடிகள்கூட யாமங்களாய் நீளும்.

சிறு குயில் ஒன்று, தன் கதையைச் சொல்கிறது பாரதிக்கு. ஒரு பகுதி கதையைச் சொல்லி, மீதியை மறு நாள் சொல்வதாக அனுப்பிவிடுகிறது. பாரதிக்கோ நிலை கொள்ளவில்லை; பொழுது போகவில்லை. "நாளொன்று போவதற்கு நான் பட்ட பாடெல்லாம் தாளம் படுமோ - தறி படுமோ" என்று அங்கலாய்க்கிறார். ஆவல் அதிகரிக்கும்போது நேரம் நீள்கிறது!

இதோ இங்கு வேறொரு சங்க காலச் சித்திரம்...

மனத்தைக் கொள்ளை கொண்ட காதலன் மாறன், காதலி குழலியை விட்டுப் பிரிந்து அயலூர் போயிருக்கிறான், பொருள் தேடி. ஆனால், குழலிக்கோ பொருளிழந்து போகின்றது வாழ்வு. வெறுமை! எங்கும் வெறுமை! மனம் நாட்டம் கொள்ளவில்லை எதிலும்.

"அரிமா அன்ன அவனது மேனியழகைக் காணாத கண் என்ன கண்ணோ? இன்பம் ததும்பும் அவன் சொற்களைக் கேளாதச் செவி என்ன செவியோ? அவன் மெய்யைத் தீண்டாத மெய் என்ன மெய்யோ?" எனப் புலம்ப, துயர் மட்டுமே மிஞ்சுகிறது... இல்லை இல்லை, மேலிடுகிறது.

அந்தி மாலையும் வந்தது. ஆருயிர்த் தோழி யாழினியும் வந்தாள், குழலியைத் தேடி. அணையை உடைத்த வெள்ளமெனப் பேசினாள் குழலி:

"பாரடி தோழி; முல்லையும் மலர்ந்துவிட்டது; பகலவன் மறைந்தனன். நானோ, என் மனம் கவர்ந்தவரின் நினைவை அகற்ற முடியாது, பகல் பொழுதெல்லாம் தவித்தேன். ஆயினும் உயிரைக் கையில் பிடித்துக்கொண்டு கொடுமையான பகல் எனும் ஆற்று வெள்ளத்தை எப்படியோ நீந்தி விட்டேன்!"

"ஆனாலும், இதோ இந்த இரவு என்பது கடலினை விடப் பெரியதாக இருக்குமே? என் செய்வேன் தோழி?" எனப் புலம்புகின்றாள்.

கவனியுங்கள்... இவளுக்கு, நேரம் என்பது ஆற்று வெள்ளம் எனவும், ஆழ்கடலினைப் போலவும், புதிய பரிமாணம் பெறும் விந்தைதான் என்னே!

எல்லை கழிய; முல்லை மலர
காய்சினம் காய்சினம் தணிந்த கையறு மாலை
உயிர்வரம்பாக நீந்தினும் எவன்கொல்!
அம்ம வாழி தோழி!
கங்குல் வெள்ளம் கடலினும் பெரிதே!

- கங்குல் வெள்ளத்தார் – குறுந்தொகை.

3
வீரம் விளைத்த பூமி!

மொழியால் இணைந்திருந்தாலும், பல்வேறு இனக்குழுக்களாகப் பிரிந்துபட்டுக் கிடந்த பழந்தமிழர்கள், தம்மிடையே அடிக்கடி போரிடுவதனை வழக்கமாகக் கொண்டிருந்தனர்.

சங்க காலத்தில், மன்னர்கள் நிரந்தரப் படை வைத்திருக்கும் வழக்கம் இல்லை. பிற்கால சோழர் காலத்தில்தான் அவ்வழக்கம் ஏற்பட்டது. சோழர் காலத்துக்கு முன்னர், மன்னர்கள் போருக்குப் புறப்பட எத்தனிக்கும்போது மட்டுமே தமது படையினைப் பெருக்குவர்.

கூலிப்படை, நாட்டுப் படை, காட்டுப்படை, துணைப்படை, பகைப்படை என பல்வேறு படைகளைச் சேர்ப்பர்.

போருக்கு என கூலி கொடுத்துச் சேர்க்கப்படும் கூலிப்படை, முந்தைய போர்களில் ஈடுபட்டு அனுபவம் பெற்ற வீரர்களைக் கொண்ட, தமது நாட்டுக்குள் இருக்கும் நாட்டுப்படை, காடுகளில் வசிக்கும் வேடர்களைக் கொண்ட காட்டுப்படை, நட்பு கொண்ட பிற அரசர்களால் அனுப்பப்படும் துணைப்படை, முந்தைய போர்களில் பகைவரை வென்று அவர்களிடம் இருந்து திறையாகக் கொண்டு வரப்பட்ட பகைப்படை என பலவகை படையினர் மன்னரது பெரும்படையில் இருப்பர்.

ஆனால், இவர்கள் அனைவரினும் முக்கியமான படை எனக் கருதப்பட்டது எதுவெனின், மூலப்படை எனும் அமைப்புதான்.

மூலப்படை என்பது, அரசனை நெருங்கியிருக்கும் பாதுகாப்புப் படை. அப்படையினர், தமது உயிரினைக் கொடுத்தும் அரசனின் உயிரைக் காப்பர். அது மட்டுமல்ல, வழி வழியாக - தலைமுறை தலைமுறையாக அரசனின் மெய்காப்பாளராகப் பணி செய்து வருவர். இவர்கள், இந்த உயரிய பணியில் ஈடுபடுவதை பெருமையாகக்

கருதினர். அது மட்டுமல்ல, இந்த மூலப்படையைச் சார்ந்த பெண்டிரும், அரசனின் உயிர் காக்க மக்களைப் பெற்றெடுத்துத் தருவதில் பெருமை கொண்டனர்.

இதோ ஒரு பெண்மணி, தனது தந்தை – உடன்பிறந்தோர் - மணந்த கணவன் - பெற்றெடுத்த மகன் என அனைவரையும், ஒருவர் பின் ஒருவராக, அரசனின் உயிர் காக்க போர்க்களத்தில் இழந்தாள்! ஆயினும், அதில்தான் அவளுக்கு எத்தனை பெருமை! எத்தனை கர்வம்!

வீரம் விளைத்த பூமியில், அந்தக் காட்சியைக் காண்போம்...

செங்குருதி படிந்து சேறாய் மாறிய பூமியை, குன்றென வீழ்ந்து கிடக்கும் யானைகள், காண்பவர் கண்களை மறைக்க, அங்கங்களை இழந்து மரணத்தின் வாசலில் நிற்போரது மரண ஓலம் விண்ணைத்தொட்டு செவிகளை நிறைக்க, ஈரத்தைச் சுமந்து வரும் காற்றில் இரண்டறக்கலந்த பிணவாடை நாசியைத் துளைக்க, கண்களில் தென்படும் நரிகளும், கண்களுக்குப் புலப்படாத பிணந்தின்னிப் பேய்களும் கொண்டாடிக் களிக்கும் போர்க்களம்...

அந்தப் போர்க்களத்தில் தன் குடும்பத்தையே இழந்த மங்கையின் சொற்களைக் கேட்போம்...

“எனது தந்தை போர்க்களத்தில் உயிர்விட்டான்; வீரர்களுக்குரிய விருதாய் நடுகல் பெற்று நின்றான். கட்டிய கணவனும் களத்தில் மாண்டான். எம் அரசனின் முன் நின்று, அவனைக் காக்க, தம் இன்னுயிர் ஈந்தார் எம் உடன் பிறந்தோர். சேனையெல்லாம் அழிந்த பின்னரும், கலங்காது, எதிரி நாட்டு மன்னனது உயிரினை மாய்க்க முன்னேறினான் என் மைந்தன். எதிரிகள் மழையெனப் பொழிந்த அம்புகள் உடலெங்கும் தைத்து, கூரிய முட்களால் ஆன முள்ளம்பன்றி என தோற்றங்கொண்டு கிடந்து, உயிர் நீத்தான், காளையை நிகர்த்த என் மைந்தன்!”

புறப்பொருள் பாடல் ஒன்றின் வரிகள்...

“கல் நின்றான் எந்தை; கணவன் களப்பட்டான்
முன் நின்றுமொய் யவிந்தார் என்னையர்- பின்னின்று,
கைபோய்க் கணையுதைப்பக் காவலன் மேலோடி,
எய்போற் கிடந்தான், என்ஏறு.”

4
சேரன் கண்ட கொடுகொட்டி ஆட்டம்!

விழாக்கோலம் பூண்டிருக்கிறது வஞ்சி மாநகர்! தெருவெங்கும் தோரணங்கள், கொடிகள், வண்ணக்கோலங்கள்!

காண்போர் முகமெல்லாம் மகிழ்ச்சித் தாண்டவம்.

காரணம்..?

இழித்துப் பேசிய வீணர்களைச் சாய்த்து, கனக விசயரின் செருக்கறுத்து, பகைமுடித்து, இமயத்தில் கண்ணகிக்குக் கல்லெடுத்து, கங்கையில் நீராட்டிய வேந்தன் வஞ்சி மாநகர் வந்து சேர்ந்தனன் அல்லவா?

வீதிகள் எங்கும் வீரர் கூட்டம்.

கடலெனப் பொங்கும் கங்கையாற்றைக் கடந்ததையும், யானைக் கூட்டத்தில் புகுந்த சிங்கம் போல சேரன் செங்குட்டுவன் போர்க்களத்தில் புகுந்ததையும், பதினான்கு நாழிகையில் பகைவர்களைப் புறமுதுகிட்டு ஓடச் செய்ததையும், தோற்றோடிய பகைவர்கள் உயிரைக் காப்பாற்றிக் கொள்ள, துறவியர் - பாணர்கள் - கூத்தர்கள் என மாறுவேடமிட்டு தப்பியோடிய கதைகளையும், கற்புத் தெய்வம் கண்ணகியின் சிலையமைக்க இமயத்தில் கல்லெடுத்ததையும், அதனை கங்கையில் புனித நீராட்டியதையும், வீரர்களின் வார்த்தைகளால் வடிக்கக் கேட்டனர் வஞ்சி மக்கள். அது மட்டுமா..?

கண்ணகிக்குக் கோயில், எங்கு, எப்படி எழுப்பப்படும் என்றெல்லாம் தமக்குத் தெரிந்ததையும் தெரியாததையும் மக்கள் பேசிக்கொண்டிருந்தனர்.

அரண்மனையிலோ, அன்று மாலை அணிமணி பதித்த நிலா முற்றத்தில் அரசனை மகிழ்விக்க ஆடல் நிகழ்ச்சி; வாளேருழவன் வேந்தனோ, வேண்மாளோடு வந்தமர்ந்தான்.

இரா.கதிரவன்

கூத்தச் சாக்கையன் நடத்த இருக்கிறான் கொடுகொட்டி ஆட்டம்!

பதினோரு வகை கூத்தில் முதலிடம் பெற்றது!

திரிபுரம் எரித்த விரிசடைக் கடவுள் சுடுகாட்டில் ஆடியது!

இதற்கென கூத்தச் சாக்கையன் - வேடமிட்டு வந்திருக்கிறான் உமையொருபாகனாக...

வேடத்தைக் கவனிப்போமா?

சாக்கையன் தன உடலில் அன்னை உமையவள் ஒருபாதி இடமிருக்க, மறுபாதி மகேசனாக நிற்கின்றான்!

இந்த வகை ஆட்டத்தின் சிறப்பு சற்று வித்தியாசமானது.

மிக நுட்பமான கூறுகள் நிறைந்த கொடுகொட்டி ஆட்டத்தில், மகேசன் ஆடுவான்... அன்னை உமையவளோ ஆடாது, அசையாது நிற்பாள்!

ஆம்... கூத்தச் சாக்கையன் உடலில், சிவன் பாதி மட்டுமே ஆடும், அசையும்... உமையவள் பாதி ஆடாது அசையாதிருக்கும்!

இதோ அவனே ஆடத் துவங்கிவிட்டான்...

கண்ணிமைக்க மறந்தனர் காவலனும் தேவியும்!

மெய் சிலிர்த்து நின்றனர் ஏனையோர்!

தனது உடலிலும், உணர்ச்சிகளிலும் வலப்புறத்துக்கும் இடப்புறத்துக்கும்தான் எத்தனை வேறுபாடு காட்டுகிறான் கூத்தச் சாக்கையன்!

திண்மை - மென்மை; சீற்றம் - அமைதி; சினம் - சாந்தம்; கண்ணில் கனல் - கனிவு; உடலில் இயக்கம் - அசைவற்ற நிலை என எத்தனை மாறுபாடு!

இதோ, நீங்களும் பாருங்கள் அந்த அற்புதத்தை...

'ஈசனின் காலில் சிலம்பு அசைந்து ஓசை எழுப்புகிறது
அன்னையின் திருவடியிலோ பாடகம் அசையவுமில்லை
வலப்புறம் கை திக்கெட்டும் கேட்க பறை கொட்டுகிறது
இடப்புறம் உமையவளின் தோள்வளையோ அசையாதிருக்கிறது
கூத்தரசனின் கண் தழலென சிவந்து பற்பலக் குறிப்புணர்த்துகிறது.

அன்னையின் விழியோ இமைக்கவுமின்றி அருள் மழை பொழிகிறது!

ஆடல்வல்லான் செஞ்சடை எத்திக்கும் பறக்கிறது!
உமையவளின் காதணியோ அசையக்கூட இல்லை!
பிறகென்ன? நீலமணிக் கூந்தல் அவிழவா செய்யும்?
மகேசனின் சர்வாங்கமும் ஆடுகிறது!
அன்னையின் இடையோ, உடலோ அசையவுமில்லை!"

இப்படி நம் கற்பனைக்கும் எட்டாத ஒரு ஆடலைக் காட்சிப் படுத்துகிறார் நம் பாட்டன் இளங்கோ அடிகள்.

அவர் வரிகள்...

'திருநிலைச் சேவடி சிலம்புவாய் புலம்பவும்
பரிதரு செங்கையில் படுபறை யார்ப்பவும்
செங்கண் ஆயிரம் திருக்குறிப் பருளவும்
செஞ்சடை சென்று திசைமுகம் அலம்பவும்
பாடகம் பதையாது சூடகம் துளங்காது
மேகலை ஒலியாது மென்முலை அசையாது
வார்குழை ஆடாது மணிக்குழல் அவிழாது
உமையவள் ஒரு திறனாக ஓங்கிய
இமையவன் ஆடிய கொட்டிச் சேதம் '

- வஞ்சிக்காண்டம் - நடுகற்காதை 67-75

சொற்சித்திரம் - சொல்லோவியம் என்றெல்லாம் கேள்விபட்டிருக்கிறோம்.

இங்கு, சுவைமிகு சொற்களால், கற்பனைக்கெட்டாத ஒரு நாட்டியத்தையே காட்சிப் படுத்தியிருக்கிறார் நம் பாட்டன் இளங்கோ அடிகள்.

5
கூடலான் கூடாயினான்

பாண்டிய நாட்டின் மதுரை மாநகரத்து வீதிகள்..!

அகண்டு விரிந்த வீதிகள்; வீதிகளின் இருமருங்கிலும் விண்ணைத் தொட்டு நிற்கும் மாட மாளிகைகள்; செல்வம் கொழிக்கும் பாண்டிய நாட்டின் தலைநகரல்லவா? அது மட்டுமா... சங்கம் வளர்த்த நகரல்லவா? தமிழ்ப் பண்பாட்டுச் சிறப்புக்குக் குறைதான் உண்டோ?

அப்பப்பா... எத்தனை வீதிகள்..! நெல், வரகு, சோளம் என என தானியங்களுக்கு ஒரு வீதி; தேன், வெல்லம், உப்பு உள்ளிட்ட உணவுப் பண்டங்களுக்கு ஒரு வீதி; வெண்கலம், செம்பு, வெள்ளி, இரும்பு என பல்வேறு உலோகங்களால் செய்யப்பட்ட பாத்திர பாண்டங்களுக்கு ஒரு வீதி; நுணுக்கமாக நெய்யப்பட்ட பட்டு, பருத்தி, எலி மயிர் ஆடைகள் மற்றும் திரைத்துணிகளுக்கு ஒரு வீதி; முத்து, பவளம், ரத்தினம், மாணிக்கம் முதலிய நவமணிகளுக்கு ஒரு வீதி!

இது தவிர, வேளாளர், வணிகர், அந்தணர், அரசனது சபையில் வீற்றிருக்கும் அதிகாரிகள், ஏவலர்கள், பாவலர்கள், போர் வீரர்கள், யானை, குதிரை மேய்ப்போர், அந்தப்புரத்து மாதர்கள், ஆடல் பாடல்களில் சிறந்தோரும், அவருக்குக் குழல், யாழ், மத்தளம், முரசு, பறை, மற்றும் தோல் கருவிகள் வாசிப்போரும் இருந்த வீதிகள்... இவர்கள் யாவருக்கும் தனித் தனி வீதி!

விகட கவிகளுக்கு ஒரு வீதி... அட அவ்வளவு ஏன், விலை மாதர்களுக்குக்கூட ஒரு தனி வீதி!

வித விதமான கூச்சல் எப்போதும் அந்த வீதிகளில் ஒலித்துக் கொண்டே இருக்கும். அங்காடிகளில் தங்களது பொருட்களின் மேன்மையைக் கூவி விற்கும் வணிகர்கள் எழுப்பும் ஓசை, பொருளின் அடக்க விலையையும், அதன் மீது வைக்கும் லாபத்தையும் கூறி விற்றாலும், அங்காடிக்காரர்களோடு மக்கள் விலை பேசும் பேரம்

எழுப்பும் கூச்சல், கால்களில் சலங்கை மற்றும் கழுத்தைச் சுற்றி சங்கில் பூட்டிய காளைமாடுகள் பாரத்தை இழுத்தவாறு ஓடும்போது எழுப்பும் ஓசை, சாலையில் செல்வோரின் கவனத்தை ஈர்க்க, தள்ளு வண்டிக்காரர்கள் எழுப்பும் மணி ஓசை, தன் தாய் தந்தையரின் கைகளைப் பிடித்தவாறு நடக்கும் குழந்தைகள் போடும் ஆரவாரம். இதுபோக அங்கங்கே கூடிநின்று கதை பேசுவோரின் சிரிப்பும் கூச்சலும் கலந்து பொருள் புரியாத ஒலியும் எப்போதும் ஒலித்துக்கொண்டே இருக்கும்.

வைகையிலிருந்து வரும் நீர்சுமந்த ஈரக்காற்று, மீன் அங்காடி, பூக்கடைகள், உணவுச் சாலைகள், தானியம் விற்கும் சாலைகள், அரக்கு, சந்தனம், அகில், கற்பூரம் மற்றும் வாசனை திரவியங்கள் விற்கும் சாலைகள் என பல சாலைகள் வழியே வருவதால் ஏற்படுத்தும் மணம் ஒவ்வொருவருக்கும் ஒரு தனி அனுபவத்தைத் தரும்.

ஆனால்,

கூர்ந்து நோக்குவோருக்கு, ஏனோ வீதிகளில் ஒரு வித வேறுபாடு தெரிகிறது. வழக்கத்துக்கு மாறாக அப்போது கூச்சல் குறைந்தும், எல்லாரிடமும் ஒரு வித பரபரப்பும் அவசரமும் தெரிகிறது!

மூடு வண்டிகள், பல்லக்குகள் மற்றும் சுமை தூக்குவோரிலிருந்து, பாரம் ஏற்றிச் செல்லும் காளைமாட்டு வண்டிகள் வரை எல்லாவற்றிலும் ஒரு வேகம். அதே சமயம், ஒவ்வொரு அங்காடியின் முன்னும் ஒரு சிறு கூட்டம், அங்குமிங்கும் நோட்டமிட்டவாறு தாழ்ந்த குரலில் பேசிக்கொள்கிறது.

வீதியை ஒட்டி உயர்ந்து நிற்கும் மாளிகைகளில் கூட, உப்பரிகைகளில் பெண்டிர் நின்று பேசுவதும், கீழே நிற்போரை வேடிக்கை பார்ப்பதுமாக உள்ளனரே..? எல்லார் முகத்திலும் ஒரு சிறு கலவரம், அரசனைப் பற்றிக் கேள்விப்பட்டது உண்மைதானா..? எப்போது நடந்தது..? யார் அவள்..? அந்தச் செய்தி பொய்யாக இருக்கக் கூடாதா..? அரசியுமா..?

ஆம்; சோழ நாட்டிலிருந்து வந்த பெண்ணொருத்தி, 'குற்றமேதும் செய்யாத தன் கணவனுக்கு தண்டனையா?' என சீறியெழுந்து, மன்னனிடம் நீதி கேட்கிறாள். நீதி வழங்க வேண்டிய மன்னனே குற்றம் சாட்டப்படுகிறான். அவனே அதனை விசாரிக்கவும் செய்கிறான், தன்மீது தவறு இருப்பது உணர்ந்து, தனக்குத்தானே தண்டனை வழங்குகிறான், அதனை, அவனே நிறைவேற்றிக்கொள்ளவும் செய்கிறான்.

இரா.கதிரவன் | 33

பாண்டியன் நெடுஞ்செழியன், உயிர் நீக்கின்றான். கண்ணகி நீதி பெறுகின்றாள்; இந்த செய்தி வாய்வழி, செவிவழிச் செய்தியாக மதுரை மாநகரெங்கும் பரவுகிறது.

மறைந்து விட்டானா மன்னன் ? சரிந்து விட்டதா பாண்டிய நாட்டு செங்கோல்? எப்படியானது? என்ன நிகழ்ந்தது? இதோ, ஒரு சிறு கூட்டம், வீதியோரம் நின்று பேசுகிறது; அருகில் சென்று நாமும் செவி மடுக்கிறோம்.

ஒருவன் கூறுகிறான்: வீதிகளில் ஓடி வந்ததால் உடலெல்லாம் புழுதி, தலை விரி கோலம், கையில் ஒற்றைச் சிலம்பு, கண்ணீரோடு அந்தப் பெண் அரசவைக்குள் நுழைந்ததுமே-அவளைக் கண்டதுமே அரசன் வழக்கில் தோற்றான். அவள் வாயில் இருந்து வந்த வார்த்தைகளை செவிகளால் கேட்டதுமே அரசன் உயிர் இழந்தான்.

இன்னொருவன் கூறுகிறான்: அப்படி இல்லை அப்பனே! கண்களில் இருந்து தாரைதாரையாய்க் கண்ணீர், கையில் ஒற்றைச் சிலம்பு, அவள் உடல்தான் அரசவைக்கு வந்தது, உயிரை அவள் கணவனிடமே விட்டு விட்டு வந்தாள். காற்றில் அலையென பாயும் அவளது பரந்து விரிந்த கருங்கூந்தல். அவளைக் கண்டதுமே நான்மாடக் கூடல் மன்னன் அஞ்சி நடுங்கி தன் உயிரிழந்து வெறும் கூடாக நின்றான்.

இதோ நம் பாட்டன் இளங்கோ அடிகளின் வார்த்தைகள்:

மெய்யில் பொடியும் விரித்த கருங்குழலும்
கையில் தனிச் சிலம்பும் கண்ணீரும் வையைக் கோன்
கண்டளவே தோற்றான் ; காரிகை தன் சொற்செவியில்
உண்டளவே தோற்றான் உயிர்.

காவியுகு நீரும் கையில் தனிச்சிலம்பும்
ஆவி குடிபோன அவ்வடிவும் - பாவியேன்
காடெல்லாம் சூழ்ந்த கருங்கூந்தலும் - கண்டஞ்சி
கூடலான் கூடாயி னான்.

6
காக்கை குருவி எங்கள் சாதி!

நம் பண்டைய தமிழர், இயற்கையுடன் இயைந்த வாழ்வு நடத்தியவர்கள். நிலத்தினை ஐந்து வகைகளாக்கி, ஒவ்வொன்றுக்கும், தெய்வம், மக்கள், பூக்கள், விலங்குகள், பறவைகள், உணர்வுகள் எனப் பகுத்து வாழ்ந்தவர்கள்.

பறவைகள் இன்று நேற்றல்ல... ஆதிகாலம் தொட்டே மனிதனை பரவசப்படுத்தியிருக்கின்றன. மனிதர்களின் கற்பனையை விரிவு செய்து, மனிதனை வியப்பிலாழ்த்தியிருக்கின்றன. அதனால், அவற்றைக் கூர்ந்து கவனித்திருக்கிறான் - பழகியிருக்கிறான் -நேசம் கொண்டிருக்கிறான்.

நம் தமிழர்களும் இதற்கு விதிவிலக்கல்ல. இயற்கையுடன் தமிழரது நெருக்கம் ஆச்சரியம் தருவதல்ல. நம் இலக்கியங்கள் காட்டும் சில பறவைகள் குறித்த செய்திகள் நமக்கும் வியப்பைத் தருகின்றன. முதலாவதாக, 'இவ்வாறெல்லாம் பறவைகள் இருந்தனவே!' என்றும், இரண்டாவதாக, 'இவற்றையெல்லாம் நம் பாட்டன்கள் கண்டு பதிவு செய்திருக்கின்றனரே'! என்பதும்தான்.

பாலையில் வாழ்ந்த ஒரு பறவைஇனம், சிறு கற்களை மட்டுமே உணவாகக் கொண்டு வாழ்ந்ததாம். 'தூது உண் அம்புறா' என்று பட்டினப்பாலை கூறுகிறது.

இன்னொரு பறவை இனம், மழைநீரினையும், மேகத்தின் துகள்களை மட்டுமே உண்டு உயிர் வாழ்ந்ததாம்! அது வானம்பாடி வகையைச் சார்ந்ததாம். அதுகுறித்த 'துளிநசை வேட்கையான் நசைபாடும் புள்' என்ற வரி சங்கப்பாடலில் உள்ளது.

மகன்றில் என்ற வகை நீர்ப்பறவை ஒன்று. ஆணும் பெண்ணும் இணைந்து, பிரியாது வாழும் இயல்புடையது. அவற்றுள் ஒன்று

இறந்தால், மற்றோன்றும் தனது உயிரினை துறந்துவிடும் தன்மை உடையதாம்.

தன் துணையுடன் நீரில் இருக்கும்போது, இவ்விரு பறவைகளுக் கிடையில் நீர்ப்பூ ஒன்று வந்துவிடுகிறது. அச்சிறுபொழுது, ஒன்றிட மிருந்து இன்னொன்று பிரிந்து இருக்கிறதாம். ஓரிரு நொடிகளே ஆனாலும், அச்சிறு பொழுதுகூட, ஒரு ஆண்டு கழிந்தது போன்ற உணர்வினை அந்தப் பறவைக்குத் தருமாம்! அதுபோல, தன் காதலன் பிரிவதனைத் தாங்காதவளாக இருக்கிறாளாம் தலைவி.

'பூவிடைப் படினும் யாண்டு கழிந்தன்ன
நீருறை மகன்றிற் புணர்ச்சி போலப்
பிரிவரி தாகியத் தன்டாக் காமமொடு
உடனுயிர் போகு தில்ல கடனறிந்
திருவேம் ஆகிய வுலகத்
தொருவே மாகிய புன்மை நாம் உயற்கே

(குறுந்தொகை -57)

காதலன் பொருள் சேர்க்கும் காரணமாகப் பிரிந்து வேற்றூர் சென்றுவிட்டான். அப்பிரிவினைத் தாங்க இயலவில்லை.

புலம்புகிறாள் தலைவி... யாரிடம்?

தோழியிடமா..? இல்லை!

தன் பூந்தோட்டத்தில் உள்ள அரும்புகளிடமும், அன்னப் பறவைகளிடமும்!

கல்மனது கொண்டவர் அவர். நம்மை - அட உன்னையும் என்னையும்தான் - அவர் மறந்துவிட்டார்.

ஆனால், நாம் அவ்வாறல்லவே!

நம்மை அவர் மறந்தார் என்ற காரணத்தால் நாம் அவரை மறக்க மாட்டோமே?

'அம்மென் இணர அடும்புகாள் அன்னங்காள்
நமை மறந்தாரை நாம் மறக்க மாட்டேமால் '

(சிலப்பதிகாரம்)

பறவைகள், தம் குறைகேட்கும் தோழிகளாக இருக்கலாம்... ஆனால், சிலசமயம், சில பறவைகளை விரட்ட வேண்டிய அவசியமும் பெண்டிருக்கு ஏற்படத்தானே செய்கிறது?

இதோ, புகாரின் புறஞ்சேரியில், ஒரு சிற்றில்... காவிரியின் கருணையாலும் உழவர்தம் கடும் உழைப்பாலும் விளைந்த நெல் அச்சிற்றில் முன் காய வைக்கப்படுகிறது.

காவல் வேண்டாம்தான்... யார் வந்து அள்ளிக்கொண்டுப் போய்விடுவார்கள்?

ஆனாலும், அந்த இல்லத்தின் குறும்புக்காரப் பெண்ணுக்கு ஏதேனும் பணி தர வேண்டுமென்பதற்காகவே, அவளை நெல்லுக்குக் காவல் வைக்கிறாள் தாய்.

கொத்தித் தின்ன கோழிகளும், ஏனைய சில பறவைகளும் வருகின்றனவாம்.

அப்பெண்மணி, அவற்றினை விரட்ட, கல்லெறிய மனம் ஒப்பவில்லை. சிறுதடி எடுத்து வீசவும் துணியவில்லை.

உடனே, தனது காதில் இருக்கும் கனத்த பொற்குழை ஒன்றினை எடுத்து வீசி, அக்கோழியினை விரட்டிவிட்டாளாம்.

அகல் நகர் வியன் முற்றத்துச்
சுடர் நுதல் மட நோக்கின்
நேர் இழை மகளிர் உணங்கு உணாக் கவரும்
கோழி எறிந்த கொடுங்கால் கனங்குழை

புகார் நகரமும் சோழநாடும் அவ்வளவு செல்வம் மிக்கதாக விளங்கியதாம்.

காதலனும் காதலியும் ஒருவருக்கொருவர் பறவையின் மூலமாகத் தூது விடுவதும் சேதி அனுப்புவதும் கேள்விப்பட்டிருக்கிறோம்!

ஆனால், பறவையிடமே, ஒரு புலவர் ஒரு சேதியைச் சொல்லுகிறார் நம் இலக்கியத்தில்!

வடக்கிலிருந்து தென்குமரி வந்து, கூடுகட்டி, குஞ்சுபொரித்து தன் பெட்டையுடனும், குஞ்சுடனும் மீண்டும் வடக்கு நோக்கிப் பயணிக்கும் அன்னச்சேவல் என்னும் பறவைக்கு, ஒரு புலவர் ஒரு சேதி சொல்லுகிறார்...

'செல்லும் வழியில், சோழ நன்னாட்டு கோப்பெருஞ்சோழனின் மாளிகை தெரிந்தால், அதனுள் சென்று, மன்னனிடம், உனக்கு பிசிர் என்னும் புலவனைத் தெரியும் என்று சொல்வாயானால், அவன் உனது அன்பான பெண்துணைக்கு, பொன்னாபரணங்கள் தந்து அனுப்புவான்.

அன்னச்சேவல்! அன்னச்சேவல்!
....
....
குமரிஅம் பெரும்துறை அயிரை மாந்தி
வடமலைப் பெயற்குவை ஆயின், இடையது
சோழநன் னாட்டுப் படினே, கோழி
உயர்நிலை மாடத்துக் குறும்பறை அசைஇ
வாயில்விடாது கோயில் புக்கு, எம்
பெருங்கோ கிள்ளி கேட்க, இரும்பிசிர்
ஆந்தை அடியுறை எனினே, மாண்ட நின்
இன்புறு பேடை அணியத் தன்
அன்புறு நன்கலம் நல்குவன் நினக்கே.

(புறநானூறு - 67)

மனிதர்களுக்கும் பறவைகளுக்கும் இருந்த இயைபையும் நெருக்கத்தையும் கண்டும் அனுபவித்து உணர்ந்தும்தான், "காக்கை குருவி எங்கள் சாதி... கடலும் மலையும் எங்கள் கூட்டம்" என்றானோ பாரதி!

7
கள்வன் மகன்

அகம் சார்ந்த சங்கப்பாடல்களில், தலைவனும் தலைவியும் முன்னிலைப் படுத்தப்பட்டாலும் தோழியின் பங்களிப்பும் மிக முக்கியமானது.

தலைவிக்காக தாயிடம், தலைவனிடம் பரிந்து பேசுதல், தலைவன் திருமணம் செய்யாது காலதாமதம் செய்யும்போது அவனுக்குத் தலைவியின் நிலையை எடுத்துரைத்துத் திருமணத்தினை விரைந்து செய்யச் சொல்லுதல், தலைவன் பொருள் சேர்க்கப் புறப்படும்போது பிரிவு தர இருக்கும் வேதனையினால் தலைவி படும் மன வேதனையைத் தலைவனிடம் எடுத்துக் கூறுதல், தலைவிக்கு ஆறுதல் கூறுதல் என ஏராளமானத் தருணங்களில் தோழி பேசுவதாக பாடல்கள் அமைந்திருக்கும்.

இது தவிர, தோழியிடம் தலைவி புலம்புவதாகச் சித்திரிக்கப்படும் காட்சிகளும் ஏராளம். அவள் தனது உள்ளக்கிடக்கையை வேறு யாரிடம்தான் சொல்லுவாள்? அவற்றுள் துன்பம் சிந்தும் பாடல்களும் உண்டு, மனம் மகிழும் வரிகளும் உண்டு...

தோழி பாடுவதாக உள்ள பாடல்களே, தலைவன் தலைவி ஆகியோர் பாடுவதனைவிட அதிகம்.

தலைவி, தனது தோழியிடம் சொல்லுவதாக அமைந்த காட்சி:

பன்னிரண்டு வயது தாண்டிய முகைப்பருவம், அவ்விருவருக்கும். சில நாட்களாக அயலூர் சென்று திரும்பி வந்த தோழி, தலைவியைக் காண வருகிறாள்.

அவளிடம், தலைவி கூறுகிறாள்.

"ரெண்டு நாள் முன்னாடி, நானும் என் அம்மாவும் வீட்டிலே தனியாயிருந்தோமா... அப்போ, ஒருத்தன் என் வீட்டு வாசல்லே வந்து,

‘‘வீட்டிலே யாரவது இருக்கீங்களா? கொஞ்சம் குடிக்கத் தண்ணீர் தர்றீங்களா?’’ அப்படீன்னு கேட்டானா...

‘‘யாருன்னு பார்த்தா...’’

‘‘??????’’

‘‘உனக்கு ஞாபகம் இருக்கா? நாமெல்லாம் சின்னப்பிள்ளைகளா இருக்கும்போது மணல் வீடு கட்டி விளையாடுவோமே!’’

‘‘அப்ப ஒரு குறும்புக்காரப் பையன் ஒருத்தன், நாம கட்டின மணல் வீட்டக் காலால் இடறித் தள்ளுவான். அப்புறம், நம்ம தலையில் இருக்கும் பூமாலையை இழுத்துப் பிய்ப்பான். நம்மளோட வரிப்பந்தைக்கூடப் பிடுங்கிக்கிட்டு ஓடுவானே, இந்த மாதிரி தொந்தரவாப் படுத்துவானே. ஞாபகமிருக்கா..? அவன் நிக்கிறான்..!"

‘‘என் அம்மாவும், ‘அடியே பெண்ணே! இவனுக்கு ரொம்ப தண்ணீர்த் தாகம் போலிருக்கு, சொம்பில், தண்ணீர் கொண்டுபோய்க் கொடு’ என்றாள்.’’

‘‘நானும், செம்பில் நீர் கொண்டு கொடுத்ததும், அவன் என்ன செய்தான் தெரியுமா?’’

‘‘தண்ணீர் செம்பு வாங்கும் சாக்கில் என் கையை, இறுக்கமா பிடிச்சுட்டான்!’’

‘‘நான் பதறிப்போய், ‘அம்மா சீக்கிரம் வாயேன். இங்கே ஒருத்தன் என்ன செய்யுறான் பாரேன்’ என்று கூச்சல் போட்டுச் சொன்னேனா...’’"

‘‘என்னவோ ஏதோ என்று பதறியபடி வந்த அம்மா, ‘என்னடி, என்னாச்சி?’ எனக் கேட்டாளா...’’

‘‘இது என்னடா வம்பா போச்சேன்னு நினைத்து, ‘இவனுக்குப் புரை ஏறி விட்டதும்மா’ என்று நான் சொன்னேனா...’’

‘‘அம்மாவும், ‘பாவம் புள்ள’ அப்படீன்னு சொல்லிக்கிட்டே, அவன் முதுகை நீவிவிட்டாள்.’’

‘‘இவன் என்னடானா, அம்மாவுக்குத் தெரியாமல், கடைக்கண்ணாலே, என்னை ஆளையே கொல்ற மாதிரி பார்த்துக்கிட்டே சிரிக்கிறாண்டி, திருடன் மவன்!’’

மிக எளிய, ஆனால் இனிய காட்சி...

மகிழ்ச்சியும் வெட்கமும் காதலும், அதனை மறைக்க முயலும் முயற்சியும்... காதல் அரும்பிய தருணம் இதுதானோ?

பெரும்புலவர் கபிலரின், கலித்தொகை வரிகள் இதோ...

சுடர்த்தொடீஇ! கேளாய்! - தெருவில் நாம்
மணற்சிற்றில் காலிற் சிதையா, அடைச்சிய
கோதை பரிந்து, வரிப்பந்து கொண்டோடி
நோதக்க செய்யும் சிறுபட்டி, மேலோர் நாள்,
அன்னையும் யானும் இருந்தேமா, 'இல்லீரே!
உண்ணுநீர் வேட்டேன்' என வந்தாற்கு, அன்னை,
'அடர்பொன் சிரகத்தால் வாக்கிச் சுடர்இழாய்!
உண்ணுநீர் ஊட்டி வா' என்றாள்; எனயானும்
தன்னை அறியாது சென்றேன்; மற்று என்னை
வளை முன்கை பற்றி நலியத் தெருமந்திட்டு,
'அன்னாய்! இவன்ஒருவன் செய்ததுகாண்' என்றேனா
அன்னை அலறிப் படர்தர தன்னை யான்,
'உண்ணு நீர் விக்கினான்' என்றேனா, அன்னையும்
தன்னைப் புறம்பழித்து நீவ, மற்று என்னைக்
கடைக்கண்ணால் கொல்வான்போல், நோக்கி நகைக்கூட்டம்
செய்தான், 'அக் கள்வன் மகன்'!

- கபிலர் – கலித்தொகை 51.

8
புலவர் காட்டும் பீடுடையாளர்...

பெரும்புலவர் ஒருவர், தன்னந்தனியே நடந்து செல்கிறார்.

ஆள் அரவமில்லை, வழித்துணை இல்லை. பொழுது புலரும் முன்னரே புறப்பட்டார், போய்ச் சேர வேண்டிய தொலைவு கருதி.

இருப்பினும், நண்பகல் எட்டியாயிற்று. பாதி வழி கடந்தபாடில்லை. விரைவு காட்டுகிறார்; நடையினை எட்டிப்போடுகிறார். ஆனாலும், உச்சிவெயிலின் கடுமை கருதி, ஓய்வெடுக்க எண்ணுகிறார்.

ஓங்கி உயர்ந்த - அகண்டு விரிந்த மரமொன்றின் கீழ் இளைப்பாற அமருகிறார். அந்த மரமோ, ஒரு சிற்றாறின் கரையை ஒட்டி உள்ளது.

அதன் வேர்கள்கூட, கரை மீறி, ஆற்றுக்குள் இறங்கி நீர் பருகுவது போலத் தோற்றமளிக்கிறது.

இயற்கையில், அந்த மரமும் சிற்றாறும் ஒன்றனோடொன்று இயைந்து நிற்பதனைக் கண்டு மகிழ்வெய்தி, சற்றே இளைப்பாறி மீண்டும் தொடர்கிறார் தன் வழிப் பயணத்தினைப் புலவர்.

திங்களொன்று போயிருக்குமோ என்னவோ... மீண்டும் அதே வழியில் திரும்பி வருகிறார் புலவர்.

என்னே வியப்பு..! சற்றொப்ப அதே உச்சி வெயில் பொழுது. அதே மரத்தின் நிழலிலே அமர்கின்றார் அவர்.

இப்போது, அவர் காணும் காட்சியில் மட்டும் ஒரு பெருத்த வேறுபாடு...

மரத்தின் அருகிலிருக்கும், சிற்றாறு நீர்ப்பெருக்கின்றி, வறண்டு கிடக்கிறது. மரத்தின் நிழல், அந்த சிற்றாறின் பெரும்பகுதிக்குக் குடைப் பிடித்தது போல்... அதனினும் அழகு! அம்மரத்தின் சில இலைகளும், ஏராளமான மெல்லிய மலர்களும், அந்த சிற்றாறின்

மணலில் விரவிக் கிடப்பது... தனக்குள் மெல்லியப் புன்னகை பூக்கிறார் புலவர். காரணம், அவர் மனத்தில் நிழலாடிய வேறொரு நினைவுதான்.

ஒரு செல்வந்தர்...

அறவழியில் பொருளீட்டுகிறார். தனக்கென மட்டும் கொள்ளாது, தன்னைச் சார்ந்த வறியவர்க்கெல்லாம் வாரி வழங்குகின்றார். 'செல்வர்க்கழகு செழுங்கிளைத் தாங்குதல்' எனும் சொல்லுக்கு இலக்கணமாய் விளங்குகின்றார்.

அவரது வள்ளன்மையினால் பலனடைந்தோர் ஏராளம். செல்வர்களை உருவாக்கிய செல்வந்தர் அவர்.

ஆனாலும், கடலில் கலம் கவிழ்ந்ததோ? கள்வர் கொள்ளை கொண்டனரோ? இல்லை வாரி வாரி வழங்கியே வறியவரானாரோ?

தெரியாது...

அவர் ஈட்டிய செல்வமெல்லாம் தொலைந்தது. ஆயினும், ஏழ்மையிலும் அவரது பெருங்குணம் குறைவின்றி மிளிர்ந்தது.

ஒரு நாள், அவரது பேருதவியாலும் வழிகாட்டுதலாலும், வாணிகம் செய்து பொருளீட்டிய இளைஞன் ஒருவன் அவர் இல்லம் வந்தடைந்தான். தான் கொண்டு வந்திருந்த ஒரு சிறு மூட்டையை அவர் முன் வைத்தான்.

பிரித்த மூட்டையில், பொன்னும் மணியும் மின்னிக் கிடந்தன.

"என்ன இது..!? என்று கேட்டவருக்கு, "ஐயா, என்னால் இயன்றது. நீங்கள் பேருள்ளம் கொண்டு இதனை ஏற்றுக்கொள்ள வேண்டும்" என்றான்.

வேண்டாம் என மறுத்தாலும், இளைஞன் விடுவதாயில்லை. வற்புறுத்தி ஏற்க வைத்தான். 'பேருள்ளம் கொண்ட நல்லவன் ஒருவனுக்கே நாம் உதவியுள்ளோம்!' என்று எண்ணினார், அவனது பெருங்குணம் கண்டு.

தான் அறிந்த இக்காட்சி, புலவர் மனத்திரையில் ஓடியது.

முன்னர் தமக்கு உதவிய ஒருவர் வறிய நிலை எய்தும்போது, விரைந்து சென்று உதவும் அவனது நற்குணம் எண்ணிப் புலவரும் பூரிக்கிறார்.

இந்த மரமும் அப்படித்தானே?

பல்லுயிரும் பலன்பெற, பயிர் செழிக்க, கைம்மாறு கருதாது நீர்பெருக்கெடுத்தோடிய ஆறு, வறண்டு நிற்கும்போது, தனது வேர் அருந்திய நீருக்குக் கைம்மாறாக, இனிய நறுமணம் பரப்பும் நன்மலர்களை சிற்றாறின் மணல் மீது அழகுபெறப் பரப்புகின்றதே!

'வறிய நிலையையெய்திய செல்வந்தருக்கு கைம்மாறு செய்த பேருள்ளம் கொண்ட இளைஞனைப் போல' மரம் அந்த ஆற்றுக்கு கைம்மாறு செய்கிறதோ, என்றெண்ணினார்.

இக்காட்சி தந்த தாக்கத்தில், இயற்கையையும் வாழ்க்கையினையும் இணைத்து தனது பாடல்வரிகளில், புலவர் பொருத்தமுற வைக்கிறார்.

'மன்னுயிர் ஏமுற மலர் ஞாழல் புறவு ஈன்று,
பன்நீரால் அறல்வார, அகல்யாறு கவின்பெற
முன்ஒன்று தமக்கு ஆற்றி, முயன்றவர் இறுதிக்கண்
பின்ஒன்று பெயர்த்து ஆற்றும் பீடுடை யாளர்போல்
பன்மலர்ச் சினை உக ...."

- பாலைபாடிய பெருங்கடுங்கோ. கலித்தொகை 34. வரிகள் 1-5.

நீண்டதொரு பாடலில் அழகிய சில வரிகள் இவை. உவமை நயமும் உயரிய கருத்தும் நம்மை கொள்ளை கொள்ளும் வரிகள்!

9
வெறுங்கூடு காவல் கொண்டாள்

அவள்...

பாராளும் வேந்தன் பாண்டியன் பெயரைக் கேட்டாள் முதல் நாள்...
பார்புகழும் அவன் நகராம் கொற்கை பற்றிக் கேட்டாள் மறுநாள்...
பாண்டியன்தன் வீரம் -வள்ளன்மை- பேரழகு
இவையெல்லாம் கேள்விப்பட்டாள் அந்த நங்கை, மூன்றாம் நாள்!

அவனை நினைத்தாள்...
அவனையே நினைத்தாள்
தனை மறந்தாள்...
தன் பெயரையும் மறந்தாள்!

அந்தோ..!
நிறம் நீத்தாள்...
நெஞ்சத்தைத் துறந்தாள்!

தாய்க்கிழவிக்கும் தெரியவந்தது
பேணி வளர்க்கும் மகளின் நிலை.

'நாமிருப்பதோ எளிய சிற்றில்...
மன்னனோ எழுநிலை மாடத்தில்!
ஏணி வைத்தாலும் எட்டாதே
கனவிலுங் கருதலாகாதே!'
கவலையுற்றாள் தாய்.
மகளின் மனதை மாற்ற மார்க்கமின்றித் தவித்தாள்!

இரா.கதிரவன்

எரி நெருப்பில் எண்ணெய் ஊற்றுவது போல் ஒரு நிகழ்ச்சி...

அவர்கள் வாழும் ஊர் வழியாக
யானை மேல் பவனி வருகிறானாம் மன்னன்.
கேள்விப்பட்டனர் தாயும் மகளும்.

அனலிடைபட்ட புழுப் போல நெளிந்தது தாயுள்ளம்...
'அரைப் பிச்சி போலிருக்கும் மகள் -
மன்னனைக் கண்ணால் கண்டால் என்னாவாள்..?
முழு பைத்தியமாய் மாறிவிடுவாளே!' என அஞ்சினாள்.

ஆனால்,
களிப்பிலாழ்ந்தது கன்னியின் நெஞ்சம்.

'காணக்கண் கோடி வேண்டுமாமே...
நாளை நாம் காணத்தானேப் போகிறோம் அவனை...
இருகண் பெற்றப் பயனை இவ்வுயிர் பெறத்தானேப் போகிறது!"
எனக் காத்திருந்தாள் நங்கை.

விழிகள் பூத்திருக்க, பொழுதும் புலர்ந்தது.

ஆனால்,
ஒரு சிற்றறையில் அவளைச் சிறை வைக்கிறாள் அன்னை.

மன்னனைக் காணவொட்டாதுத் தடுத்த நிம்மதியில்,
ஊர்வலம் போன பின்னர் விடுவிக்கிறாள்!

அன்று மாலையில்,
ஆருயிர்த்தோழி கோதை வருகிறாள் நங்கையைக் காண.
'வருந்துவாளே நங்கை...' என்றெண்ணியபடி.

ஆனால், அவளோ, கோதையிடம் சொல்கிறாள்:
'பாவமடி நம் அன்னை...
அவளது அறியாமை எனக்கு நகைப்பினையே தருகிறது!'

'நீ கேள்விப்பட்டிருக்கிறாயா?
வேடன், தான் கண்ணி வைத்துப் பிடித்த பறவையைக்
கூடையினால் மூடி வைத்து விட்டு,
வேறு பறவைகளுக்குக் கண்ணி வைக்கச் செல்வான்.
அப்பறவையோ மண்ணைத்தோண்டி வழியேற்படுத்தி,
கவிழ்த்து வைத்திருக்கும் கூடையிலிருந்துத் தப்பிவிடும்,
ஏமாந்து போவான் வேடன்!'

'எதற்கடி இதைச் சொல்லுகிறாய்?' என்றாள் கோதை.

'தாய் என்னை அடைத்து வைப்பதாக நினைத்து
சிற்றறையில் சிறை வைத்தாள்...
காவலுமிருந்தாள்.
ஆனால், அவள் அறியமாட்டாள்
என் நெஞ்சம் மாமன்னனுடன்
எப்போதோ பறந்து போய்விட்டது...'
பாவம் அவள்
அந்த வேடன் கவிழ்த்த கூடைபோல
என் நெஞ்சம் நீங்கிய, வெற்றுடலுக்கு -
வெறும் கூட்டுக்குக் - காவலிருந்தாள்...
என்னே நம் அன்னையின் அறியாமை!'

என்ன அருமையான உவமை தருகிறார் புலவர். ஆனால், அவர் பெயரைப் பதிவுசெய்ய மறந்தது தமிழகம்.

அவரது வரிகள் இதோ...
கோள் தெங்கு சூழ்கடல் கோமானைக் கூட என
வேட்டுஆங்கு என் நெஞ்சறியாள் - கூட்டே
குறும்பூழ் பறப்பித்த வேட்டுவன்போல் - அன்னை
வெறுங்கூடு காவல் கொண்டாள்.

- முத்தொள்ளாயிரம்.

10
பெயரற்றோர் பேசும் புகழ்மிக்க வரிகள்!

நாம் நமது கோயில்களில், பிரமாண்டமான சிற்பங்களைக் கண்டிருப்போம். பேருருவும், அவற்றின் கலைநேர்த்தியும் பிரமிப்பை ஏற்படுத்தும்.

அதே கோயிலில், அதே சிற்பி, வெகு நேர்த்தியாக, மனதில் பதியுமாறும், கண்ணைக் கவருமாறும், சிந்தையை மயக்குமாறும் ஒரு சின்னஞ்சிறு சிலையையும் வடித்திருப்பதனையும் கண்டிருப்போம். தலைசிறந்த படைப்பாளிகள், தங்களது படைப்புகளின் அளவில் பெரிதென்றும் சிறிதென்றும் பாரார். மாறாக, அவை அனைத்திலும் தங்களது பெருந்திறமையைக் குறைவின்றிக் காட்டுவர்.

எடுத்துக்காட்டாக, பெரும்புலவர்கள், காலத்தினை விஞ்சி நிற்கும் அவர்களது படைப்புகளில், ஒவ்வொரு பாத்திரத்துக்கும் உயிர் ஊட்டியிருப்பர். ஒரு முதன்மைப் பாத்திரம் ஏற்படுத்தும் அதே தாக்கத்தினை, 'ஊன்று பாத்திரம்' என அழைக்கப்படும் சிறு பாத்திரம் அல்லது ஒரே ஒரு காட்சியில் தோன்றி மறையும் துணை கதாபாத்திரம் ஏற்படுத்துவதையும் பார்க்கிறோம்.

மேலும், சிறு கதாபாத்திரம்தானே என ஒதுக்கித் தள்ளமுடியாத முக்கியத்துவம் பெற்ற மிக முக்கிய வரிகளைச் சொல்லும்படியாகவோ, கதைப்போக்கினை உணர்த்துவதாகவோ, கதைப்போக்கில் திருப்பத்தை ஏற்படுத்துவதாகவோ அத்தகைய ஊன்று பாத்திரங்கள் அமையும். மிகக்குறைந்த வரிகளைப் பேசினாலும், காலத்தை விஞ்சி நிற்கும் புகழ்மிக்க வரிகளை உச்சரிக்கும் சில பெயரற்ற கதாபாத்திரங்கள்...

ஷேக்ஸ்பியரின் மேக்பத் நாடகத்தில் சூனியக்கிழவி ஒருத்தியின் "Fair is foul, Foul is Fair" ஓர் உதாரணம்.

தமிழ் காப்பியங்களிலும் இத்தகையப் பாத்திரங்களைக் காணலாம்.

உதாரணமாக, பாஞ்சாலி சபதம்... ஒரேவொரு காட்சியில் தோன்றும் தேர்ப்பாகன் - நம் நெஞ்சில் நீங்கா இடம் பிடிக்கிறான். பாஞ்சாலி பணயம் வைக்கப்படுகிறாள் - தருமன் அவளைச் சூதில் இழக்கிறான்.

'அறத்தினைச் சூது வெல்லும்' அக்காட்சியில், சான்றோர் வாளா நிற்பர்; பாண்டவரோ தலை கவிழ்ந்து கைபிசைந்து நிற்பர்.

வாசிக்கும் நம் உள்ளக்கிடக்கையை, ஆசிரியர் கூற்றாய் பதிவு செய்வார் பாரதி.

நம் உள்ளக் குமுறலுக்கு நெருக்கமான குரலைப் பதிவு செய்யும் விதமாக அமையும் இன்னொரு குரல் - அக்காட்சியில் தோன்றும் தேர்ப்பாகன் குரல்.

சூதில் அடிமையாக்கப்பட்டாள் என்பதால், பாஞ்சாலியை அவமதிக்கும் நோக்கில் தேர்ப்பாகனை அனுப்பி, பாஞ்சாலியை அரசவைக்கு வரச்சொல்லி செய்தி அனுப்புவர். அவள் வர மறுக்கும் காரணத்தால், மறுபடியும் தேர்ப்பாகனை அனுப்புவர். அப்போதும் பாஞ்சாலி வர மறுப்பாள். மீண்டுமொருமுறை அனுப்பும்போது, தேர்ப்பாகன், மறுத்துக் கூறும் வரிகள் நம் நெஞ்சினை விட்டகலாதவை.

நூறு தரம் சென்றழைப்பினும் - அவர்
நுங்களைக் கேட்கத் திருப்புவார் - அவர்
ஆறுதல் கொள்ள ஒருமொழி - சொல்லில்
அக்கணமே சென்றுரைக்கிறேன்...

தேர்ப்பாகனின் சங்கடமும் - ஈர நெஞ்சும் - நியாய உணர்வும் தெரியவரும், ஒரு சாமான்ய மனிதனின் உள்ளத்தில் எழும் அனுதாப உணர்வினையும் வெளிப்படுத்தும் வரிகள் அவை. துரியோதனனின் வசைமொழியையும் அச்சுறுத்தலையும் பெற்றும், பணிவுடன் மறுத்துக்கூறும் பாங்கும் நம் நெஞ்சில் நிலைத்து நிற்பவை.

இன்னொரு காட்சி...

இது சிலம்பில்...

கணவனை இழந்த கண்ணகி, நீதி கேட்க அரசவை செல்கிறாள். வாயிற்காப்போனிடம், தனது வருகையினை மன்னனுக்குத் தெரிவிக்கக் கூறுகிறாள்.

மன்னனிடம், அவளது வருகையினை உரைக்கும் முன், வாயிற்காப்போன் கூறும் வாழ்த்துரை வரிகள் மறக்க இயலாதவை.

வாழி எம் கொற்கை வேந்தே வாழி!
தென்னம் பொருப்பின் தலைவ வாழி!
செழிய வாழி! தென்னவ வாழி!
பழியொடு படராப் பஞ்சவ வாழி!

குறிப்பாக, இந்தக் கடைசி வரி, கூறும் செய்தி வெறும் வாழ்த்துச் செய்தி மட்டுமல்ல...

பாண்டியனுக்கு வாழ்த்துச் செய்தி கிடைப்பது இதுவே இறுதி தடவையாகும் - இதுவரை பாண்டியனை எந்தப் பழியும் வந்து அண்டியதில்லை என்பதே பொருளானாலும், இனி தீராப்பழி வந்து பாண்டியன் மீது படிய உள்ளது - என்பதனைச் சூசகமாகத் தெரிவிக்கிறார் இளங்கோ அடிகள்.

அத்தகைய பொருள் பொதிந்த வரிகளை, ஒரே ஒரு காட்சியில் வந்து போகும் ஒரு துணைப்பாத்திரத்தின் வாயிலாகவே அடிகள் தெரிவிக்கிறார்.

சிலசமயம், எதாவது அலுவல் தொடர்பாக அரசு அலுவலகம் செல்வோம். அங்கிருக்கும் அதிகாரி, நம்மை முகமன் கூறி வரவேற்பவராகவும் இருப்பார்; நன்மதிப்போடு பேசுபவராகவும் இருப்பார். ஆனால், அந்த அலுவலக வாயிலில் இருக்கும் பணியாள் (பியூன்), சர்வ அலட்சியமாக, பார்வையாளரை பொருட்படுத்தாமல் பேசுவது என்பது பல அலுவலக வாயிலில் காணக்கிடைக்கும் காட்சியாகும்.

பணியாளரின் இந்தப் பழக்கம், இன்று நேற்று ஏற்பட்டதல்ல. ஆங்கிலேயர் வரும் முன்னர், மிகவும் பழங்காலத்தில் ஏற்பட்டது என ஒரு பாடல் சுட்டிக்காட்டுகிறது.

சிற்றரசர்கள் சிலர், திறை செலுத்த வருகிறார்கள், உறையூர்ச் சோழனின் அரண்மனையைத் தேடி...

திறை செலுத்தக் கெடு தவறிவிடக் கூடாது; தவறினால் சோழனின் கோபத்துக்கும் - பகைக்கும் ஆளாக நேரிடும்.

இன்று எப்படியாவது மாமன்னனைக் கண்டு, பணிந்து, பரிசில்களை மற்றும் திறையைச் செலுத்திவிட வேண்டும் என்ற ஆர்வத்தில் சிற்றரசர்கள் செல்வார்கள்.

அவர்களைத் தடுத்து நிறுத்துகிறான் வாயிற்காப்போன்; ''இன்று மன்னனைக் காண இயலாது. அரண்மனையில் இருக்கிறார். ஆனால்...''

''ஆனால்...?''

''அவருக்கு, திருவடி வலி கண்டிருக்கிறது; புண் ஏற்பட்டிருக்கிறது!''

''ஏன், என்னாயிற்று? மலை ஏறினாரா? வெகுதொலைவு நடந்தாரா? திருவடி புண்படக் காரணம்..?''

''நேற்று ஏராளமான சிற்றரசர்களும், இன்ன பிறரும், திறை செலுத்த வந்தனர், திறை செலுத்தும் முன்னர், அவர்களது மணிமுடி, மன்னனின் திருவடிபட விழுந்து வணங்கினர். அவர்தம் மணிமுடி மன்னனின் திருவடிகளில் பட்டுப்பட்டு, மன்னனது திருவடிப் புண்ணாகிவிட்டது. இன்றும் குணமாகவில்லை. எனவே, இன்று நீங்கள் அவரைக் காண்பது அரிது...''

நின்றீமின் மன்னீர் நெருநல் திறைகொணர்ந்து
முன்றந்த மன்னர் முடிதாக்க, இன்றுந்
திருந்தடி புண்ணாகிச் செவ்வி இலனே
பெருந்தண் உறந்தையார் கோ.

- முத்தொள்ளாயிரம் - பாடல் 74.

மன்னனின் புகழ் பேசவும், அதேசமயம் வாயிற்காப்போனின் குறும்பினையும், புலவர்தம் கற்பனைத் திறனையும் ஒருசேர சித்திரிக்கும் இவ்வளவு அருமையான பாடலை எழுதியவர் எவரென தமிழகம் இன்றளவும் அறியாதது வருந்துதற்குரியது!

இவ்வாறு, 'ஊன்றுபாத்திரங்கள்' என அழைக்கப்படும் துணைப்பாத்திரங்கள் பாடுவதாக அமையும் வரிகள் காலத்தை விஞ்சி நிற்பதையும், மன்னர் புகழை மட்டுமல்ல - புலவர்தம் பெருமையையும், இன்றும் பறைசாற்றிக்கொண்டிருப்பதை, நம் இலக்கியங்களில் ஏராளமாகக் காணலாம்.

11
மத்தம் பிணித்த கயிறு

அவன் ஒரு கோவலன் - அதாவது பசுக்களைக் காத்து வளர்ப்பவன். அதனால்தான் அப்பெயரிட்டனரோ தெரியாது.

தனக்கென ஓரிரு பசுக்கள் இருப்பினும், ஊரார்ப் பசுக்களையும், கன்றுகளையும் மேய்ப்பவன்.

நாள்தோறும் ஊரின் பல கொட்டில்களிலிருந்து மாடுகளை ஓட்டிச்சென்று மந்தைவெளியில் விடுவதும், அவை பொழுதெல்லாம் பசும்புல்லையும் தழைகளையும் மேய்ந்தும், ஏரியில் நீர் குடிக்கச் செய்து, மாலையில் மறுபடி கொட்டிலுக்குக் கொண்டு சென்று கட்டுவதும் அவன் வேலை.

இது அவனது அன்றாட வாடிக்கை.

வயதில் இளையவன் ஆனாலும், மாடு கன்றுகளுக்கு மருத்துவம் பார்க்கவும் தெரியும். வயதில் மூத்த ஒரு சிலரது துணையுடன், பசுக்களுக்குப் பேறு பார்க்கவும் அவனுக்குத் தெரியும். சில சமயம், கால் நரம்புகளுக்குள் புழு ஏறிய பசுக்களையோ, காளைகளையோ நீர்நிலையில் நிறுத்தி வைப்பான். நீரில் உள்ள மீன்கள், அவற்றின் காலில் உள்ள புழுக்களைத் தின்று தீர்த்து விடும்.

இரு சிற்றூர்களுக்கு இடையில் பரந்து கிடக்கும் புல்வெளிதான் அவன் ராச்சியம். அங்கிருக்கும் ஏதோ ஒரு மரநிழல்தான் இருப்பிடம். சிலசமயம் மரத்தின் மேல் நின்று மேற்பார்வை செய்வதும் உண்டு!

பொன்னிக்கு அன்றாடம் சில கடமைகள் உண்டு. இல்லத்தில் தாய்க்கிழவியின் குற்றேவல்களைச் செய்து முடிப்பதும், பசுக்களிடம் கறந்த பாலைக் காய்ச்சி மோராக்குவதும், பின் அதனைக் கடைந்து வெண்ணெய் எடுப்பதும் முக்கியமான வேலை. ஒவ்வொரு நாளும் இல்லையென்றாலும், ஒருநாள் விட்டு ஒருநாளோ மோரினையும்,

அதில் மிதக்க விட்ட வெண்ணெய்யையும், பானைக்குள் வைத்து, தலையில் சுமந்து ஊர் எல்லைதாண்டி, அடுத்தச் சிற்றூர் சென்று அவற்றை விற்று வருவது அவள் வேலை. விற்கும் மோருக்கு விலையாக நெல்லைப் பெற்று வருவாள்.

தலையில் மோர்க்குடம், கையில் நெல் கொண்டு வர சிறு வட்டில் ஏந்தியபடி பொன்னி, பசும்புல்வெளியைத் தாண்டிச் செல்வதை கோவலன் பல நாள் பார்த்திருக்கிறான்.

செப்புச் சிலையினை நினைவுபடுத்தும் அவள் அங்கங்களில், தன் மனத்தை இழந்திருக்கிறான். ஒரு நாளேனும் அருகில் வரமாட்டாளா, ஓரிரு வார்த்தையேனும் தன்னோடு பேச மாட்டாளா என்று ஏங்கியுமிருக்கிறான்.

காலம் ஒரு நாள் கனிந்தது; அவன் நெடுநாள் கனவும் பலித்தது.

வெங்கதிரோன் வெம்மைத் தாங்காது, அன்று, அவன் நின்ற மரத்தடிக்கு வந்து நின்றாள் பொன்னி.

மெல்லப் பேச்சுக் கொடுத்தான் அவன்.

ஊர் பேர் கேட்டு, பின்னர், அவன்மாடு பிடித்ததது, மரத்தின் மேலிருந்து ஏரிக்குள் தலைகுப்புற விழுவது, ஆழம் சென்று அடிமண் எடுத்துவருவது, மூச்சுப்பிடிப்பது, வேடிக்கை காட்டுவது என்று தனது சாகசங்களைச் சொன்னான்.

''நீ பசுவில்தானே பால் கரப்பாய், நான் காளை மாட்டிடமே பால் கறப்பேன்'' என்றான்.

சிரிக்கச்சிரிக்கப் பேசினான் அவன்...

விரும்பிவிரும்பிக் கேட்டாள் அவள்.

''மோர் கிடைக்குமா?''

''விக்கிறதுக்குத்தானே மோரு!''

''வெய்யிலுக்கு மோரு வேணும்தான்... ஆனால், கொடுக்க நெல் இல்லையே!''

''அதனால் என்னய்யா... இன்னைக்கு இல்லாட்டி இன்னொரு நாள் கொடு...''

மோரெடுத்துக் கொடுத்தாள்; நெருங்கி நின்று வாங்கினான். கைநீட்டி வாங்கும்போது அவனது விரல், அவள் மேல் பட்டதோ என்னவோ...

இரா.கதிரவன் | 59

சிறிதே மௌனம் அவர்களைப் பிணைத்தது!

"புறப்படுறேன். அடுத்த ஊர் போயி மோர் வித்ததாதான் பொழப்பு நடக்கும்" என்றாள்.

ஆனால், அவனோ, கள்குடித்த குரங்குபோலானான் ஆசையில்.

"என்ன அவசரம்... கொஞ்சநேரம் இருந்துட்டுப் போயேன்... அதோ பக்கத்து முந்திரிக்காட்டில் போய்ப் பேசிக்கொண்டிருந்து விட்டுப் போகலாமே. அதென்னமோ 'மத்தை சுத்தின கயிறு மாதிரி' உன்னை என் மனசு சுத்திகிட்டேயிருக்கு!" என்றான், நெஞ்சில் பேராசையோடு.

பொன்னிக்குப் புரிந்தது அவன் எண்ணம். ஆனாலும் பதட்டப்படவில்லை. முகத்திலும் சினத்தைக் காட்டவில்லை. முள்மேல் சேலை விழுந்தால் பதட்டப்படலாமா?

"எலாய்... தேள்கடிக்குத்தான் மருந்து அவசரமா வேணும்... ஆளைப் பார்த்ததுமே அவசரமா உனக்கு? ஆளைப் பாரு என்ன பேச்சு... ஏதோ சிரிக்க சிரிக்கப் பேசறியேன்னு, நானும் சிரிச்சிப் பேசினேன்..!"

"பக்கத்துலே நின்னுப் பேசினது குத்தமா போச்சு...'பக்கத்தில் நின்னவள், பக்கத்திலே வரவாமாட்டாள்'ன்னு நினைச்சிட்டியா? மோர் சுலபமா வாங்கிட்டோம்... வெண்ணெய் கேட்டா குடுக்கவா மாட்டாள்ன்னு நினைச்சியா. நகரு இடத்தை விட்டு!" என்றாள்.

சுருக்கமாகவும் தெள்ளத்தெளிவாகவும் பேசியது மட்டுமின்றி, ஒரு பெண், இக்கட்டான நிலையில் சாதுர்யமாகப் பேசி சமாளிக்கும் காட்சியை கலித்தொகை காட்டுகிறது.

வரிகள் இதோ.

............எல்லா!
இடுதேள் மருந்தோ நின்வேட்கை! தொடுதரத்
துன்னித் தந்தாங்கே, நகைகுறித்து, எம்மைத்
திளைத்தற்கு எளியமாக் கண்டை;
'அளைக்கு எளியாள் வெண்ணெய்க்கும் அன்னள்'
எனக்கொண்டாய்...
ஆங்கு நீ கூறின்... நீங்குக!

- சோழன் நல்லுருத்திரன். பாடல் 110; 2-8.

12
ஆயிரம் கண் போதாது..!

நம் ஊரில் 'நடுகற்கள்' என கேள்விப்பட்டிருப்போம். இரு செங்குத்தான கற்களுக்கு மேல் இன்னொரு கல்லினை வைத்து - சுமை தாங்கி போன்ற அமைப்பில் இருக்கும், சங்கப் பாடல்களிலும் நிறைய உண்டு.

அவற்றைப் போன்ற பெரும் எடையுள்ள நடுகற்கள், ஒரே இடத்தில். அவற்றின் அமைப்பு, குறியீடு, அவை நடப்பட்ட காலம், நடப்பட்ட விதம் எல்லாம் இன்னும் புதிராக... ஸ்டோன் ஹெஞ்ச் (STONEHENGE). லண்டன் மாநகரத்திலிருந்து சுமார் இருநூறு மைல் தொலைவில். புதிர் மட்டுமே விஞ்சி நிற்கும் இவ்விடத்தில் கலையம்சம் மிகமிகச் சொற்பம்.

இருப்பினும், அதன் தொன்மை கருதி 'யுனெஸ்கோ' அதனை பாதுக்காக்கப் பட வேண்டிய இடம் என அங்கீகரித்திருக்கிறது.

ஒரு பெரும் சிறப்பம்சம்: அவ்விடத்தை மிக நேர்த்தியாகவும், தூய்மையாகவும் பராமரித்து வருகின்றனர். சுற்றுலாப் பயணிகளின் வாகனங்கள் சுமார் ஐநூறு மீட்டர் தொலைவில் நிறுத்தப்படுகின்றன; GPS based headphone மூலம் பதிவு செய்யப்பட்ட தகவல்கள் விளக்கம் அதன் சிறப்பை விளக்குகிறது!

சில மாதம் முன்னர் மாமல்லபுரம் சென்றிருந்தேன். மல்லையை அடைந்த உடன் சிவகாமி - நாகநந்தி அடிகள் - நரசிம்ம பல்லவர் - மாமன்னர் மகேந்திர வர்மன் - ஆயனர் சிற்பி - புலிகேசி - கல்கி போன்றோர் என் மனத்துள் நுழைந்திருப்பர் என நண்பர்கள் எண்ணினால் அது பெரும் தவறு... மாறாக தங்கப்புதையல் மீது அமர்ந்து பிச்சை எடுத்த ஒருவனின் கதை நினைவுக்கு வந்தது.

ஒரு ஊரில், ஒரு பிச்சைக்காரன், சாலை ஓரமாக அமர்ந்து பிச்சை எடுத்துக்கொண்டு இருப்பான். நினைத்துக்கொண்டால் பகலிரவு

பாராமல் ஏதாவது பாட்டுப் பாடுவான்; அதன் மூலம் எல்லார் கவனத்தையும் ஈர்த்தவன்.

அந்நாட்டு அரசர் மாறு வேடத்தில் நகர்வலம் வரும்போது அடிக்கடி அவனைக் காண்பார். ஓர் இரவு நகர்வலம் வரும்போது, பிச்சைக்காரன் இருக்கும் இடத்தில யாதொரு சத்தமும் கேட்காதது கண்டு, அருகில் சென்று கவனித்தார். பிச்சைக்காரன் செத்துக் கிடக்கிறான்.

காலையில் ஆளனுப்பி, அவனது உடலை அப்புறப் படுத்தச் சொன்னார் அரசர்.

வீரர்கள், அவனது உடலை அப்புறப்படுத்தினார்கள்; மூட்டை முடிச்சுகளை எல்லாம் எடுத்து ஓரமாய் வைத்தார்கள். அவன் உட்கார்ந்திருந்த கல்லுக்குக் கீழ் ஒரு சாக்குப் பை இருந்தது. சற்றுக் கனமாக இருந்ததால், அதனை பிரித்துப் பார்த்தனர் வீரர்கள். ஓர் ஆச்சரியம்... பை நிறைய தங்கக் கட்டிகள்..!

பாவம், பிச்சைக்காரன், தனது ஆயுளில் பெரும்பகுதியை தங்கக் கட்டி மேல் உட்கார்ந்து, புதையல் இருப்பது தெரியாமலே வாழ்ந்து மடிந்தான்.

மாமல்லையில், சிற்பங்களைச் சுற்றிலும் கறுப்புக் கண்ணாடி - மிட்டாய் - குளிர்பானம் - தின்பண்டம் - தொப்பி - சட்டை சாவிக்கொத்து இத்யாதி இத்யாதி என பலவித அங்காடிகளும்; அநேகமாகச் சிற்பக்கூடங்களின் வாசல் வரையிலும் நெருக்கி அடித்துக் கொண்டு விற்கப்பட்டதும். அங்கிங்கு எனாதபடி எங்கெங்கும் டாஸ்மாக் நினைவுபடுத்தும் உறைகளும், பாட்டில்களும் கிடந்தன அலங்கோலமாய்; கடற்கரை கோவில்களுக்குச் செல்லும் வழியோ சந்தைக்கடையை விட மோசமாக இருக்கிறது. கைகோர்த்துச் சென்ற ஜோடிகள் அவ்வூரை ஒரு பெரும் காதலர் பூங்காவாகக் காட்டியது... அதனை விடக் கொடுமை, புராதனைச் சின்னங்களின் கைக்கெட்டும் தூரத்தில் வீடுகள் - விடுதிகள்!

உலகின், மிக அற்புதமான சிற்பங்களை உடைய மாமல்லபுரத்தின் அருமைபெருமை தெரியாமல் அதனை காதலர் பூங்காவாகவும் - கேளிக்கைத் தலமாகவும் பயன்படுத்துவதனைக் காணும்போது, தங்கப்புதையல் மீது உட்கார்ந்து பிச்சை எடுத்தே வாழ்வை முடித்த பிச்சைக்காரன் கதைதான் நினைவுக்கு வருகின்றது!

ஆயினும், இதனையெல்லாம் மீறி நிற்கிறது மாமல்லை! எத்தனை விதமான சிற்பக்கூறுகள்; கட்டடக்கூறுகள்; கற்பனையைத் தூண்டும்

குகைக் கோயில்கள்; சிந்தையை மயக்கும் ஒற்றைக் கல் ரதங்கள்; காண்போரை பிரமிக்க வைக்கும் கட்டுமானக் கோயில்கள்; கற்களில் கவிதைகளைத் தாங்கி நிற்கும் புடைப்புச் சிற்பங்கள்!

பல்வேறு காட்சிகளை விவரிக்கும் சிற்பத் தொகுதிகள். கூத்தாட ஒரு கூட்டம், அதனைக் கூடி நின்று வேடிக்கை பார்க்கும் ஒரு கூட்டம், ஏழையின் தோளில் கைபோட்டு நிற்கும் அரசன் ஒருவன், அவனது அண்மையினால் சங்கோசத்தோடு கைகட்டி நிற்கும் பாமரன் ஒருவன்; மூவுலகைக் காக்கும் கடவுள், கோவர்த்தன மலையைத் தாங்கி நிற்க, அதன் கீழ் ஆட்கள் மட்டுமல்ல ஆவினமும் ஒதுங்கி நிற்கும் காட்சி என்ன!

இன்னொரு புறம், பூவுலகைக் காக்க அரி மீது ஏறி மகிஷாசுரனை வதம் செய்ய வில்லேந்தி வருகிறாள், அன்னை உமையவள். தோல்வி பயத்தில் கண்களில் கலவரம் மின்ன பின்வாங்கும் மகிஷாசுரன். ஒரு கை வில்லேந்த, இன்னொரு கை அம்பராத்தூளியில் இருந்து அம்பினை எடுக்க எத்தனிக்க, அன்னையின் கண்களிலோ கிஞ்சித்தும் கோபமில்லை. மாறாக அலட்சியம்; இதழ்களிலோ குறுநகை. உடன் வரும் வீரர்களின் கண்களில் மகிழ்ச்சித் தாண்டவம்; எங்கிருந்தோ வேகமாய் தலைகுப்புற விழும் ஒரு அசுரக்கணம்; காண்போர் நெஞ்சமெல்லாம் பூரிக்கும் கண்கொள்ளாக் காட்சி... என குகைக்கோயில் சிற்பங்கள்!

இமயமலைச் சாரலில் இன்றும் காணப்படும் பறவை இனம், விலங்கினங்கள், நம் கற்பனைக்கெட்டாத தேவர்கள், முனிவர்கள், மனிதர்கள், உடல் வற்றி எலும்பெல்லாம் புடைத்து நிற்க ஒற்றைக் காலில் தவம் செய்யும் முனிவன் ஒரு புறம், அவனை கேலி செய்வது போல, அரைக் கண்ணை மூடி நிற்கும் பொய்த்தவப் பூனை மறுபுறம், உயிர்கொண்டக் களிறுகள் உண்டு. பேன் பார்க்கும் குரங்குகள் ஒன்றிரண்டு. கற்களில் ஓவியம் எழுதப்பட்டதோ எனும் அளவில் மிகப்பெரிய கற்திரை... அதன்மீது வடிக்கப்பட்ட திறந்த வெளிச் சிற்பங்கள்!

உலகில் வேறெங்குமே இல்லாத தனித்துவம் விளங்கும் ஒற்றைக் கல் கோயில்களாக - ஐந்து ரதங்கள், சிற்பங்களென நிற்கும் சிலைகளில் எத்தனை நேர்த்தி. ஆளுக்கொரு தலை அலங்காரம் - உடை அலங்காரம், ஒய்யாரமாக நிற்பதில் எத்தனை வித வேறுபாடுகள். கோயில்களின் கூரைகளோ ஒன்றைப்போல ஒன்றில்லை. நம்மை நோக்கி அசைந்து வரும் யானை ஒன்று. நம் மனத்தை முற்றும் கொள்ளைகொள்ளும் ரதங்கள். ஊருக்கு வெளியிலும் சில முற்றுப் பெறாத ரதங்கள்.

இவை அனைத்திலிருந்து முற்றிலும் மாறுபட்ட கடற்கரை கட்டுமான கோயில்கள். கடலின் உக்கிரத்தையும் உப்புக் காற்றினையும் எதிர்த்து நின்று சற்றே சிதிலம் அடைந்தாலும் இன்னும் கண்களை மயக்கிக் கடலுக்கே அழகு சேர்க்கும் கடற்கரை கோயில்கள். அதனைச் சுற்றி மண்ணுக்குள் எத்தனையோ ஆண்டுகளைப் புதைந்து கிடந்து, 'சுனாமி'யின் தயவால் நமக்குக் காட்சித் தர எழுந்து வந்த சின்னஞ்சிறு சிவன் கோயில் - சிம்மக் கோயில். இன்னும் சிறுசிறு சிற்பங்கள்!

சிற்பங்களில் வழியும் நேர்த்தி - தென்படும் இயைபு, ஒத்திசைவு, வேகம், மிக நுண்ணிய உணர்வுகள், கம்பீரம், இவற்றை வடித்த சிற்பிகளின் கற்பனை - பக்தி - ஆழமான அறிவு - திட்டம் – ஒருங்கிணைப்பு - உழைப்பு இவை அனைத்தும் நம்மை வியக்கவும் - சொக்கவும் வைக்கின்றன.

நண்பர்கள் இவற்றைக் கவனிக்கத் தவறியிருந்தால், இனியாவது கடல் மல்லை நோக்கிப் புறப்படும்போது சிறு தயாரிப்போடு சென்று வரவும். அதன் சிறப்பு குறித்து தெரிந்துகொண்டு செல்லுங்கள்.

புது டில்லி ஐ.ஐ.டி பேராசிரியர் எஸ்.ஸ்வாமிநாதன் அவர்கள் எழுதிய சிறு நூல் 'மாமல்லபுரம்'. ஒரு முறை படித்துவிட்டு, கையில் எடுத்துச் செல்லுங்கள். ஒரு கைதேர்ந்த வழிகாட்டி நம்மைக் கைப்பிடித்து அழைத்துச் சென்று அழகெல்லாம் காட்டும் அற்புதத்தை உணர்வீர்கள். பேராசிரியர் பாலசாமி, மல்லைச் சிற்பங்களின் சிறப்பு குறித்து பேசும் காணொளிக் காட்சியைக் கண்டு, *(பார்க்க: https://www.youtube.com/watch?v=sV2TMn7hKO4,)*அதன் பின் சென்று வாருங்கள்.

புத்துலகம் உங்கள் கண்முன் விரியும்... அதனைக் காண ஆயிரம் கண் போதாது..!

13
வான்வெளியில் வர்ணஜாலம்..!

இருள் போர்வையை
இழுத்துப் போர்த்தி
காடும் மலையும்
கடலும் வயலும்
கூடுவிட்டுப் போகக் காத்திருக்கும்
பாடும் பறவைக் கூட்டம்

விடைபெற்றுச் செல்ல
விடியலை நோக்கும்
எண்ணிலா விண்மீன்கள்
கற்பனைக்கும் எட்டாத
வர்ணஜாலம் வான்வெளியில்...
காண இரவெல்லாம்
தவங்கிடந்த மேகக் கூட்டம்

எண்திசையும் பயணிக்க
எத்தனிக்கும் தங்கரதம்
இழுத்துச் செல்லவோ
புரவிகள் ஏழு...

பொழுதெல்லாம் திரிந்து
மணம் பரப்பும் மலர்களிலும்
மகரந்தப் பூக்களிலும்
கால் பதித்து தேன் குடித்து
மாலையில் மயங்கி
தாழையில் தலை சாய்த்து
உறங்கிய வண்டினம்,
காலையில் ரீங்காரம் பாடி
கட்டியங் கூறி
நம் துயலெழுப்பவும்
உலகின் இருளகற்றவும்
ஓடி வரும் உதயசூரியன்...

சிலப்பதிகாரச் சொல்லோவியத்தைப் பாருங்கள்...

வேலை மலர் தாழையுட் பொதிந்த வெண்தோட்டு
மாலையில் துயின்ற மணிவண்டு - காலைக்
களிநறவம் தாதூதத் தோன்றிற்றே காமர்
தெளிநிற வெங்கதிரோன் தேர்.

- இளங்கோ அடிகள் – சிலப்பதிகாரம்.

14
வேண்டாம் போர்..!

ஆன்பொருநை ஆற்றங்கரையிலே போர்மேகங்கள்;
வாள்வீச் சென்னும் மின்னல் வெட்ட
உறுதியாய்க் குருதிப் புனலோடும்.

ஆற்றின் மணல் துகள்களைக்கூட
எண்ணி விடலாமோ என்னவோ
இருமருங்கும் கூடி நிற்கும் படையோ
எண்ணிக்கையில் அடங்காது;
கரிய மலைகளைப் போன்ற களிறுகள்,
பிளிறும் போதெழுப்பும் இடியென ஓசை;
காற்றினும் கடிது விரையும் பரிகள்; காவலன்தன்
ஆணைக்குக் காத்திருக்கும் வேலேந்திய வீரர்;

சங்கொலித்ததும் துவங்கும் போர்; அப்போதோ
அங்கிங் கெனாதபடி எங்கெங்கும் பிணக்குவியல்;
கை காலிழந்தோர் - வேல் குத்தி குடல் சரிந்தோர்,
தும்பிக்கை இழந்த சில மதயானை,
உயிர்த்துடிப் பிழந்த புரவியொரு நூறு,
அச்சு முறிந்த தேர் ஓராயிரம் என,
களம் பல கண்ட, ஆன்பொருநை ஆற்றங்கரைக்கு
இக்காட்சி புதிதல்லவே!

மாறனை அழைத்தான், மன்னன் அதியமான் நெடுமான் அஞ்சி;
"வெற்றி நமக்காயினும், தோற்பதுவும் நம் இனத்தவன்தானே?
அவன் அறியாமையினால், அவனது போர் வீரர் நூறாயிரம் பேர்
உயிரிழக்கத்தான் வேண்டுமா? அவர்தம்
பெண்டு பிள்ளை தவிக்கத்தான் வேண்டுமா?

ஒருமுறை சென்று வா நீ அவனிடம்!
எதிரிக்குப் புரியும் விதமாக, புத்தியில் படும் விதமாக
'வேண்டாம் போர்' எனச்
சொல்லி வா நல்லதென சில சொற்கள்!
திரும்பிப் போகச்சொல் வந்த வழி!
ஏற்றால் ஏற்கட்டும்... இல்லையேல்
அவர்தம் பச்சை ரத்தம் அவர்க்கே பரிமாறுவோம்!''

காவலனின் ஆணையை சிரமேற் கொண்டு
மாறன் புறப்பட்டான் மாற்றார்தம் பாசறைக்கு.

எதிரிக்கு தமது மன்னனின் வீரத்தின் பெருமையைச்
சொல்லி, 'வேண்டாம் போர்' என அறிவுறுத்தவதாக
ஒரு புறநானூற்றுப் பாடல்;
பாடுகிறார் நம் பாட்டி ஔவையார்.

அதியமான் நெடுமான் அஞ்சியின் வீரம் - அளவிடற்கரியது; பிறரது
வீரத்தோடு ஒப்பிடற்கும் அரியது - என்ற பொருளில் பாடுகிறார்.
"எம்முடன் போரிட எண்ணும் எம் பகைவரே!
பெருஞ் சிறப்புப் பெற்ற, தம் தொழிலில் கைதேர்ந்த ஒரு தச்சன்;
ஒவ்வொரு நாளும் எட்டு தேர்களைச் செய்து முடிக்கும் திறமை
பெற்றவன் அவன்.

அந்த மாபெரும் தச்சனே, பார்த்துப் பார்த்து - இழைத்து இழைத்து ஒரு திங்கள் முழுதுமாய் உழைத்து ஒரு தேர்ச் சக்கரம் மட்டுமே செய்தனன் ஆயின்,

அந்த தேர் எத்தனை சிறப்புற்றதாய் - வலிமையானதாக அமையும்?

அந்தத் தேரினைப் போன்ற வலிமையையும் சிறப்பும் பெற்ற வீரன் எம் தலைவன்!

எனவே, எம்முடன் போரிடத் துணியாதீர் பகைவரே! விலகிச் செல்லுவீராக!'' என எச்சரிக்கிறார்.

அவரது வரிகள் இதோ:

களம்புகல் ஓம்புமின் தெவ்வீர்; போர் எதிர்ந்த
எம்முளும் உளன்ஒரு பொருநன்; வைகல்
எண்தேர் செய்யும் தச்சன்
திங்கள் வலித்த கால்அன் னோனே !!

- ஔவையார் – புறநானூறு - 87

15
சங்கத் தமிழ்ப் பாட்டும் - லியோ டால்ஸ்டாயும்

கால எந்திரத்தில் ஏறி, ஈராயிரம் ஆண்டுகள் பின்னோக்கி நாம் செல்கின்றோம்...
மலையின் அடிவாரத்தில்
அவளது குடில்...
நள்ளிரவு தாண்டி நாலு
நாழிகை ஓடிவிட்டது.

குரல் கொடுக்கும் கோட்டான்
ஆந்தைகூட தூங்கிவிட்டதோ என்னவோ...
எங்கும் பேரமைதி.

பக்கத்துப் பாயில் தாய்க்கிழவி,
தூங்கத் தொடங்கி ஒரு யாமம் போயிருக்கும்.
அந்த ஊரே தூங்கிவிட்டது
அவள் ஒருத்தியைத் தவிர.

ஏரி வழி நீர் சுமந்து வரும் காற்று
தண்ணென்று வீசினாலும்,
பால்நிலவுக் குளுமையைத்
திரட்டி ஊற்றினாலும்,
அவள் மனம் என்னவோ கொதித்துக்
கொண்டுதான் இருக்கின்றது.

'நேற்றுதான் முதன் முதலாய்
அவனைப் பார்த்தேன்,
ஆயிரம் பிறவியின் அறாத தொடர்பு
என் உணர்வில் வந்தது
இப்பிறவியின் பயனே
அவனை அடைவதுதான்
என்று உணர்ந்தேன்...'

என எண்ண ஓட்டம்.

'குளத்தில் மீனுக்காக
ஒற்றைக்காலில் நின்ற
கொக்கு மட்டுமே பார்த்திருக்க,
என்னையே அவனிடத்தில் தந்தேன்.
இன்று வருவதாகச் சொல்லிப் போனானே...
பகல் போய் இரவும் போய்விட்டதே
இன்னும் காணோமே?'

'நெய்யை ஊற்றி நெருப்பைக் கூட
அணைத்து விடலாம்...
ஆனால்,
அவனது நினைவை
என் நெஞ்சில் இருந்து
அகற்ற முடியாது போலிருக்கிறதே..!'

புலம்புகிறாள் மனதுக்குள்.

இந்த எண்ணங்களை யெல்லாம்தான்
சுவை பழுத்த வார்த்தைகளில்
வடித்திருக்கிறாரா நம் புலவர்

இரா.கதிரவன் | 75

இதோ, அவள் நிலையை
தோழி பாடுவது போல
புலவர், குறுந்தொகையில் பாடுகிறார்...

'இந்த ஊரே தூங்கி விட்டது,
ஆனாலும்
இந்தப் பாவி தூங்கவில்லை'!
எமது இல்லத்தின் அருகே
அழகிய சிறு குன்று...
மயிலின் காலடியைப் போன்ற
இலைகளைக் கொண்ட நொச்சி மரம்,
அந்தக் குன்றின் உச்சியில்.

அந்த மரத்திலிருந்து
தரை மீது விழும் நொச்சிப்பூக்கள்
எழுப்பும் ஓசைகூட
எனக்குத் தெளிவாகக்
கேட்டுக்கொண்டே இருக்கிறது.
(ஆனாலும் அவன் வரும்
காலடி ஓசை கேட்க வில்லையே...)

கொன்னூர் துஞ்சினும் யாம் துஞ்சலமே
எம்இல் அயலது ஏழில் உம்பர்.
மயில்அடி இலைய மாக்குரல் நொச்சி
அணிமிகு மென்கொம்பு ஊழ்த்த
மணிமருள் பூவின்பாடு நனிகேட்டே!

- குறுந்தொகை - *138*

இப்பாடல் எழுதப்பட்டு, சுமார் இரண்டாயிரம் ஆண்டுகளுக்குப் பின், லியோ டால்ஸ்டாய், அவரது 'அன்னா கரினினா'வில் எழுதுவதைப் படியுங்கள்...

ஒரு திருமண நிகழ்ச்சியை விவரிக்கிறார் டால்ஸ்டாய்.

அதில் சில வரிகள்...

'When at last he had taken her hand properly, the priest went a few steps in front of them and halted at the lactern. The crowd of friends and relatives and their voices buzzling and the ladies' trains rustling moved after them... someone stooped down to arrange the bride's veil, **The church became so quiet that drops of wax were heard falling from the candles...**'

மெழுகு உருகி துளிகள் விழுகின்றன... அதன் ஓசை தெளிவாய்க் கேட்கிறது!

சங்கத் தமிழ்ப் புலவருக்கும் - லியோ டால்ஸ்டாய் அவர்களுக்கும் - கற்பனையில் இருக்கும் அழகிய ஒற்றுமையைக் கவனியுங்கள்..!

என்னே விந்தையான ஒற்றுமை!

- தினமணி: 06.09.2015.

பகுதி - 2

1
பழைய அலமாரி

"**யாரு** என்னை கோபாலகிருஷ்ணன்னு கூப்பிடுறா? நான்தான் சொல்லிக்கிட்டு திரியுறேன்... எல்லாரும் சப்பாணின்னுதான் சொல்றாங்க..."

- இது ஒரு பிரபலமான வசனம், 'பதினாறு வயதினிலே' படத்தில்.

எதுக்கு, குருட்டுப் பூனை விட்டத்திலே பாய்ஞ்ச மாதிரி, சம்பந்தம் இல்லாம இதை சொல்றேன்னு உங்களுக்குத் தோணலாம்...

வாட்ஸாப் வந்த பிறகு, ஜீ மெயில் போஸ்டிங் இப்படித்தான் கேட்பாரில்லாமல் கிடக்குது... நான் போடற போஸ்ட் நிலவரமும் அப்படித்தான். அதான் சப்பாணி மாதிரி ஒரு சின்ன புலம்பல்.

சரி விஷயத்துக்கு வருவோம்...

பொழுது போகாத நேரத்தில், எனது பழைய அலமாரியை குடைவது வழக்கம்.

இது பொதுவாக, காலை மணி எட்டிலிருந்து இரவு பதினொன்னு வரையில் எப்பவும் நடக்கலாம். ஏன்னா, இதுதான் எனக்கு பொழுதுபோகாத – வெட்டியான நேரம். அதுக்கப்புறம் பெரும்பாலும் களைப்பாகி தூங்கிவிடுவேன்.

இந்தப் பழைய அலமாரியில், சிலசமயம் ஏதாவது அருமையான பொக்கிஷம் கிடைக்கும். பல வருஷத்துக்கு முந்தின பொங்கல், தீபாவளி மலர் - தினமணி - கல்கியில் பிரமாதமான கட்டுரை - கதை - கவிதை என ஏதாவது தட்டுப்படும். நானும், 'பழைய கணக்கு' பார்ப்பேன்.

பதினைந்து நிமிடம் மட்டுமே படிக்கக் கூடிய ஒரு நல்ல கதைக்கு, பதினைந்து நாட்கள் கூட தேடலாம். என்ன விலை வேண்டுமானாலும் கொடுக்கலாம்...!

உங்களுக்கு ஒரு கடிதம், யாரோ நாற்பது வருடத்துக்கு முன்னால் போட்டது. நீங்கள் படித்துப் பார்க்காத அந்தக் கடிதம், யாரும் பிரிச்சுப் பார்க்காமல் அப்படியே உங்கள் கையில் கிடைத்தால்? அந்தக் கடிதமும், ஒரு பெண் எழுதியதாக இருந்தால்... எப்படி இருக்கும்?

தமது எழுபது வயதில், மனைவியும் 'போய்விட்ட' பிறகு, தனிமரமாக உட்கார்ந்திருக்கும் ஒரு கிழவர். மகன், மகள் எல்லாரும் எங்கோ தூர தேசத்தில்... தனிமை மட்டுமே துணையாக.

கதையை ஆரம்பிக்கும்போது, பெரியவர், ஒரு வெறும் நாற்காலியோடு பேசிக்கொண்டிருப்பார். முதுமையும் தனிமையும் ஒன்று சேர்ந்து ஏற்படுத்திடும் அவலம் சொட்டும் விவரிப்பு.

சென்னையில் ஒரு பங்களாவில் இருக்கும் இந்த பெரியவருக்கு, ஐம்பது வருடம் முந்தி யாரோ எழுதிய கடிதம் ஒன்று கிடைக்கிறது. யாரும் பிரித்துக் கூடப் பார்க்கவில்லை இத்தனை வருஷங்களாக.

கடிதத்தைப் பிரித்தால் அவரது தாய்மாமன் ஊரான கும்பகோணத்தில் இருந்து வந்த கடிதம். ஆச்சரியம் தந்தது என்னவென்றால், ஐம்பது வருடம் முன்னால் எதோ லீவுக்கு குடந்தை போயிருந்தபோது அங்கே அறிமுகமான ஒரு பெண்ணிடமிருந்து வந்த கடிதம்... வெறும் கடிதம் அல்ல, காதல் கடிதம்!

வெகு சிரமப்பட்டு, நினைவுப்பாதையில் பயணித்து அந்தப் பெண்ணின் முகத்தை நினைவுக்குக் கொண்டு வந்ததும்... இங்கேதான் சார், கதாசிரியர், சிருஷ்டிகர்த்தாவாக மாறுகிறார். திடீரென அவர் தனிமை தொலைகிறது. வீடு நிரம்பிய திருப்தி. அவரோட மனைவி, செத்துப்போன அப்பா, தாய்மாமன், குடந்தையில் பக்கத்து வீட்டுப் பெண்... இப்படிப் பல பாத்திரங்களை அவர் முன்னே திரும்ப ஒருசேர நடமாட விட்டு, அவர்களோடு பெரியவரைப் பேசவிடுகிறார்.

சின்னப் பொறியாக இருந்த நினைவு மெல்ல மெல்லப் படர்ந்து, கொழுந்து விட்டெரிய, வந்தது வினை! ஐம்பது வருடங்களுக்கு முன்னிருந்த அதே மன நிலையை அடைந்த உணர்வு.

கிஞ்சித்தும் மிச்சமில்லாமல் மனம் முழுக்க அந்த நினைவுகள் இவரை ஆக்கிரமித்துக்கொள்ள, மனிதர் புறப்படுகிறார் குடந்தைக்கு, கார் போட்டுக் கொண்டு.

ஒழுங்கற்ற, கிராமத்துச்சாலையில் செல்லும் மாட்டுவண்டி மாதிரி, முரண்டு பிடிக்கும் நினைவுகளோடு பயணம்.

அவளை எப்படிக் கண்டு பிடிப்பது? மாமாவின் பழைய வீடு இன்னும் அப்படியே இருக்குமா? ஊர் எப்படி எல்லாம் மாறியிருக்கும்? இரண்டு முறை இருக்குமா அவளோடு பேசியது? எந்தச் சூழலில் அவளைப் பார்த்தோம்? நாம் விலாசம் தந்த நினைவில்லையே... எப்படிக் கிடைத்திருக்கும்?

இப்போது அவள் நிச்சயம் பேரன் பேத்தி எடுத்திருப்பாள். ஒருவேளை, 'உங்களை ஞாபகமில்லை' என்று சொல்லிவிட்டால்? ஒரு வேளை இந்தக் கடிதம் அப்போதே, ஐம்பது வருஷம் முன்னாடி நம் கைக்குக் கிடைத்திருந்தால்? என பல்வேறு கேள்விகளோடு, அன்றைக்கும் இன்றைக்கும் ஊசலாடியபடியே ஊருக்குச் செல்கிறார்.

அவரது ஆவல் தவிப்பாக மாறுவதும், இனம் புரியாத திகிலாக மாறுவதும் என அவரது எண்ண ஓட்டங்களைப் படம்பிடித்து, கடைசியில் அந்த அம்மணியைப் பார்த்தாரா, என்ன நடந்தது என்று அருமையாகக் கதை சொல்லியிருப்பார், பிரபல எழுத்தாளர் இந்திரா பார்த்தசாரதி, 'கடிதம்' என்னும் சிறுகதையில்.

கற்பனைக் கதை என்று சொல்ல முடியாத அளவுக்குத் தத்ரூபம் நிறைந்த, சின்ன, ஆனால் வெகு சுவாரசியமான கதை. கதை படிக்கும்போது எனக்கே தெரியாமல் எனது கல்லூரி விடுதி, சிதம்பரம், ரயில்வே ஸ்டேஷன், மாட வீதி, லேனா தியேட்டர் என திசை மாறி மானசீகப் பிரயாணம் செய்து வந்ததுதான் எப்படி நிகழ்ந்ததென்ற புரியாத புதிர்.

கதையை வாசித்து முடிக்கும்போது, நம்ம சிதம்பரம் ஸ்டேஷனில், என்னோடு நாலு வார்த்தை - எண்ணி நாலே நாலு வார்த்தை - பேசிய, ஆர்ட்ஸ் காலேஜ் மாயவரத்துப் பெண்ணின் முகமும் உருவமும், அரைமணி நேரம் அச்சு அசலாக வந்து உறைந்ததைத் தவிர்க்க முடியவில்லை!

2
ஷேர் ஆட்டோ

'ஆசையிருக்கு தாசில் பண்ண - அதிர்ஷ்டம் இருக்கு மாடு மேய்க்க'ன்னு கிராமத்துல சொலவடை சொல்லுவாங்க.

சொந்தமா பங்களா வேணுமுன்னு ஆசை - ஆனா, இருப்பது ஒண்டுக் குடித்தனம்;

பள்ளிக்கூடத்துக்கு பிள்ளைய காரில் அனுப்ப ஆசை - ஆனா, சைக்கிள் ரிக்ஷாவுல திணிச்சுதான் அனுப்ப முடியுது;

மொரிஷியஸ் பாக்கணும்னு ஆசை - ஆனா, மெரீனாவுக்கு போகவே ததிங்கிணத்தோம்;

கன்னிமரா ஓட்டல் போக ஆசை - ஆனால், கொடுப்பினை என்னவோ பாலாஜி பவன் மட்டும்தான்.

...இப்படி அவலை நெனச்சி, உரலை இடிக்கிற பெரிய கூட்டம் இருக்கு. நானும் அதில் ஒருத்தன்.

நாங்கள் தனி வர்க்கம்... மிடில் க்ளாஸ் சார், மிடில் க்ளாஸ்!

இதன் ஸ்பெஷாலிட்டி என்ன... நடக்கிற தப்பெல்லாம் தெரியும், ஆனா, எதிர்க்க பலமுமிருக்காது; ஏற்றுக்கொள்ள மனமுமிருக்காது!

இந்த வர்க்கத்துக்கு என்றே, நடை, உடை, பாவனை, சிந்தனை உண்டு.

இவர்களுக்கு என்றே கடைகள், ஓட்டல்கள், பள்ளிகள், பொழுதுபோக்கு இத்யாதி இத்யாதி இருந்தாலும்...

இவர்களைத் திருப்திப் படுத்த, சில ஆண்டுகளுக்கு முன் விளைந்த ஒரு விஷயம்தான் ஷேர் ஆட்டோ!

ஒரிஜினல் ஆட்டோ ரிக்க்ஷா அப்படிங்கிற சமாச்சாரம் ஒரு காலத்திலே நடுத்தர மக்களுக்கு என்றே இருந்தது. ஆனால், அது

இப்போ அவர்கள் நிலைமைக்கு மீறின சமாச்சாரம்; அந்த நேரத்தில் கிடைச்ச வரப்பிரசாதம்தான் இந்த ஷேர் ஆட்டோ!

இப்பவும், நீங்கள் கவனிக்கலாம்... ஆட்டோ ஸ்டாண்டில் இந்த ஷேர் ஆட்டோவை, ஒரிஜினல் ஆட்டோக்காரரர் வயிற்றெரிச்சலில் திட்டுவதை. சாலை ஓரத்தில் ஷேர் ஆட்டோவுக்காக நிற்கும் நம்மை, ''வர்றீங்களா சார்...'' என்று ஆட்டோக்காரரர் கூப்பிடுவது, பழைய தினத்தந்தியில் வரும் முக்கிய செய்தியான 'வாலிபரை, சைகை காட்டி அழைத்த அழகி' என்பதனை நினைவு படுத்தும்.

பஸ்ஸில் இருக்கும் கூட்டம் இதில் இருக்காது - நினைத்த இடத்தில ஏறவோ இறங்கவோ வசதி; கையில் 'நியூஸ்பேப்பர்' இருந்தால் போதும் எவ்வளவு நேரம் வேண்டுமானாலும் பயணிக்கலாம்; பார்க்கிங் தொந்தரவு என்பது இல்லை.

அந்த விதத்தில் கார் - பைக் போன்றவற்றைக் காட்டிலும் ஒரு விதத்தில் வசதி என்றே சொல்லலாம். சமுதாயத்தின் குறுக்கு வெட்டில் உள்ள அத்தனை விதமான மக்களுடனும் பயணிக்கும் அனுபவம் கிடைக்கும். 'பஸ்ஸிலும் இது உண்டே' என்று சொல்லலாம்... ஆனால், ஷேர் ஆட்டோவில் இருக்கும் ஒரு அண்மை – அன்னியோன்னியம் இருக்கிறது பாருங்கள், அது பஸ்ஸின் நெரிசலில் நசுங்கிப் போய்விடும்.

அப்புறம், நமக்கு என்று சில பலகீனங்கள் உண்டு; உதாரணமாக அடுத்தவர்கள் பேசுவதைக் கேட்பது... அதற்கு இதில் நிறைய வாய்ப்பு; நம் மக்களுக்கும் அருகில் ஆட்கள் இருப்பதையோ- பொது இடத்தில இருப்பதையோ மறந்து மொபைலில் பேசுவது இப்போதெல்லாம் வாடிக்கையாகி விட்டது; காதலியோடு பேசும் காதலன், ஆண் நண்பனோடு பேசும் பெண், ஷேர் ஆட்டோவிலேயே வியாபாரம் முடிக்கும் நபர், இன்ஸ்ட்ரக்ஸன் தரும் ஐ டீ இளைஞன், டியூஷன் எடுக்கும் வாத்தியாரம்மா, உள்ளூர் பிரமுகரைப் பார்க்கப் போகும் நம்பிக்கை மிகுந்த தொண்டன், சண்டை போட்டுக்கொள்ளும் கணவன் மனைவி... என பல விஷயங்கள் 'உங்கள் விருப்பம்' அல்லது 'நீங்கள் விரும்பிக் கேட்டவை' ரகத்தைச் சேரும்.

இது தவிர, பொது வெளியில் பலதரப்பட்ட மனிதர்களிடம் பேச்சுக் கொடுக்க ஒரு சிறந்த இடம் ஷேர் ஆட்டோ.

ஜெ.ஜெ. மரணம், ஓ.பீ.எஸ்-ஈ.பீ.எஸ் சண்டை, தினகரன் திண்டாட்டம், முக்கியஸ்தர் ஒருவரின் 'இதோ அரசியலுக்கு வந்து விடப்போகிறேன்' என்ற பயமுறுத்தல், ஜீ.எஸ்.டி, ட்ரம்ப் சமாச்சாரம்,

விவசாயி தற்கொலை, வெங்காய விலை ஏற்றம், எக்ஸட்ரா எக்ஸட்ரா... எதைப் பற்றி வேண்டுமானாலும் பேச்சுக் கொடுக்கலாம். மக்களின் நாடி பிடித்துப் பார்க்கலாம்; யாருமே இல்லாவிட்டால், இருக்கவே இருக்கார் டிரைவர்... அவரை விட சுத்தமாக 'மக்கள் கருத்துக்கணிப்பு' செய்ய இன்னொருவரால் முடியுமா என்பது சந்தேகமே!

அப்புறம், சில வித்தியாசமான அனுபவங்கள் கிடைக்கும்:

ஒரு நாள், நுங்கம்பாக்கம் அருகில், ஐம்பது வயது மிக்க நல்ல வாட்ட சாட்டமான பெண்மணி, ஈரமான மஞ்சள் புடவையில், நெற்றியில் பெரிய குங்குமப்பொட்டு, கையில் கொஞ்சம் வேப்பிலை சகிதமாக ஏறினார். என் மார்க்கமான பார்வையினைப் புரிந்து கொண்டது மாதிரி, ''வீட்டுக்காரரர் உடம்பு நோவு குணமாச்சு... அதான் தீ மிதிச்சுட்டு வர்றேன் ஐயா...'' என்றார் அசால்ட்டாக. என்னையறியாமல் கையெடுத்துக் கும்பிட்டேன். அம்மையார் இறங்கும்போது, அவரிடம் டிரைவர் காசு வாங்கவில்லை. மாறாக, வண்டியிலிருந்து இறங்கிய டிரைவர், ''தாயீ கும்பிட்டுக்கிறேன்'' என்று, அவரது காலைத் தொட்டுக் கும்பிட்டார்.

நம் மக்களின் நம்பிக்கைகள், அவர்களை இயக்குவது புரிந்தது! அவர்கள் பலம் – பலவீனம் இரண்டுமே அங்குதான் இருக்கிறது!

ஒரு சமயம், நான் தனியாக பயணித்துக்கொண்டிருக்கும் போது, இரண்டு பெண்கள் வந்து எனது எதிர் சீட்டில், ஆளுக்கொரு மூலையில் உட்கார்ந்து கொண்டனர். கல்லூரிப் பெண்களாக இருக்கும் என்று ஊகித்தேன். இருவருமே, அவரவர் மொபைலில் தீவிரமாக ஈடுபட்டனர்; பின்னர்தான் கவனித்தேன், அவர்கள் இருவரும் அடிக்கடி ஒருவருக்கொருவர் பார்த்து நமுட்டுச் சிரிப்பு சிரிப்பதும், பின்னர் மீண்டும் மொபைலில் மெசேஜ் அனுப்புவதுமாக இருந்தனர்... வேடிக்கையாக இருந்தது!

வீட்டுக்கு வந்த பின்னர், இந்நிகழ்ச்சியை எனது மருமகளிடம் சொன்னேன்; ''அவர்கள், அவ்வளவு பக்கத்தில் இருந்தபோது நேரடியாகப் பேசிக்கொண்டிருக்கலாமே... அதை விட்டுட்டு ஏன் இப்படி மெசேஜ் பிஸினஸ் அப்புறம் நமட்டுச் சிரிப்பு?''

உடனே மருமகள் சொன்னாள், ''மாமா, அங்கேதான் நீங்கள் தப்புக்கணக்கு போட்டிருக்கிறீர்கள்; அவர்கள் இருவரும் உங்களைக் கிண்டலடித்தும் 'மெசேஜ்' செய்திருக்கக்கூடும்!'' என்று குண்டு போட்டாள்! நான் அசந்து போனேன்.

இன்னொரு சமயம், மூன்று நான்கு வட இந்தியப் பெண்மணிகள் வந்து அமர்ந்து, புரியாத பாஷை எதிலோ பேசினார்கள்; ''இது பெங்காலியா..?'' என்றேன். அதற்கு அவர்களுள் ஒருவர், ''நாங்கள் மேகாலயாவிலிருந்து வருகிறோம். இது மேகலாய் பாஷை'' என்றாள். இன்னும் பேச்சுக் கொடுத்தபோது, அவர்கள் எவ்வளவு எளிதாக சென்னைக்கும், அதன் சூழலுக்கும் பழக்கமாகிவிட்டார்கள் என்று கூறினார். 'இயற்கையும் இணக்கமான வாழ்வும்' என்ற ஒரு கட்டுரைக்குப் பொறி அங்கு கிடைத்தது.

சிலசமயம், சில மோசமான அனுபவங்கள் ஏற்படும். அதனால் என்ன..? மோசமான அனுபவங்கள்தான், நல்ல அனுபவங்களையும் நமக்கு அடையாளம் காட்டுகின்றன. குடிபோதையில் தாறுமாறாகப் பேசும் ட்ரைவர், ஐந்து ரூபாய்க்கு வம்புக்கிழுக்கும் பயணி, துர்நாற்றம், காசு கொடுக்காமல் ஓடும் பயணி என்பன தனி ரகம்.

அப்புறம் இன்னொரு விஷயம், நாம் எப்போது அவசரமாகப் போக வேண்டுமோ, அப்போது ஷேர் ஆட்டோ நிச்சயம் தாமதமாகப் போகும். காரணம், டீசல் போடுவது, டிராபிக் ஜாம், போலீஸ் தொல்லை... போலீஸ் தொல்லை என்றதும் கட்டாயம் சொல்லியே ஆக வேண்டிய வார்த்தைகள்: சாலையில் நிற்கும் டிராபிக் போலீஸைப் பார்த்தால் சிலசமயம் அவர்கள் மீது எரிச்சல் வரும்; பல சமயம் அனுதாபம் ஏற்படும். ஒரு சில நாட்களில், அவர்கள் வழி மறித்து கேசு போட்டு பணம் பிடுங்கும்போது, தெருவில் பிச்சைக்காரர்களையும் அவர்களையும் தவிர வேறு யாருமே இருக்க மாட்டார்கள்!

'சார் நீங்க ஜெமினி கேட்டீங்களா? வந்து விட்டது!'' என்ற குரல் கேட்கிறது...

சரி சரி... நான் இறங்க வேண்டிய இடம் வந்து விட்டது. இறங்கிக் கொள்கிறேன்.

3
அடிப்படை உரிமை காப்போம்!

அண்மையில் நாளிதழ்களில் வெளியான, இரண்டு செய்திகள் நமது கவனத்தை ஈர்க்கின்றன.

தமிழக எதிர்க்கட்சியின் தலைவர், ஒரு மாவட்டத்துக்குச் சென்று, தமது கட்சியினர் செய்திருக்கும் பணியினைப் பார்வையிட, அந்த மாவட்ட நிர்வாகம் மற்றும் காவல்துறை அதிகாரிகள் தடை விதித்ததையும், அதனை எதிர்த்து அக்கட்சியினர் நீதி மன்றம் சென்று, அங்கு அவர் விஜயம் செய்ய 'தடைநீக்கம்' பெற்றது, ஒரு செய்தி.

சேலம் மாவட்ட நிர்வாக அதிகாரியையும், மாவட்ட காவல் அதிகாரியையும் இத்தடைக்குப் பொறுப்பாக்கி, 'எதிர்க்கட்சித் தலைவரை, சேலம் மாவட்டத்தின் ஒரு பகுதிக்குள் செல்ல அனுமதி மறுத்தது தவறு!' என்று சுட்டிக் காட்டியுள்ளது நீதிமன்றம்.

'இது அவர்களது தவறான நோக்கத்தை *(malafide intentions)* வெளிப் படுத்துவது ஆகும்!' என்று கடுமையான கண்டனத்தைத் தெரிவித்து இருப்பது கவனிக்கத் தக்கது.

இன்னொரு செய்தி: தமிழக ஆளும் கட்சியினைச் சேர்ந்த ஒரு அணியினர், தங்களது அணியின் சார்பாக நடத்த இருக்கும் ஒரு பொதுக் கூட்டத்துக்கு, அனுமதி கோரியபோது, நிர்வாகம் மெத்தனமாக இருந்ததன் காரமணமாக அப்பிரிவினர், மதுரை உயர் நீதிமன்றம் சென்று அக்கூட்டத்துக்கு அனுமதி பெற்று வந்திருக்கின்றனர்.

ஒரு சிறு விளக்கம்:

இவ்விரு செய்திகளிலும் இடம்பெற்றிருக்கும் அரசியல் கட்சிகளின் சார்பாக அல்லது ஆதரவாக பேச முயற்சிப்பது இக்கட்டுரையின் நோக்கமல்ல. ஆனால், இவை எழுப்பும் மிக முக்கியமான கேளிவிகளை ஒதுக்கித் தள்ள முடியாது.

மேலோட்டமாகப் பார்க்கும்போது, சாதாரண நிகழ்வாகத் தோன்றும் இச்செய்திகள், தம்முள் பெரும் முக்கியமான விஷயத்தினை உள்ளடக்கியிருக்கிறது என்பதனை மறுப்பதற்கில்லை.

இவ்விரண்டு விஷயங்களிலும் நீதிமன்றம் தெரிவித்து இருக்கும் கருத்துகள், மிக முக்கியமானவை.

ஒரு தனி மனிதர் தமது நாட்டுக்குள் எந்தப் பகுதிக்குள்ளும் விஜயம் செய்வது, அவருக்கு உள்ள அடிப்படை உரிமை ஆகும்; அதேபோல தமது கருத்துக்களை எடுத்துச் சொல்ல, பொதுமக்களைச் சந்திக்க பொதுக்கூட்டம் மூலமாக சந்திப்பது என்பதும், அடிப்படை உரிமை சார்ந்த விஷயங்கள் ஆகும்.

இவ்விரண்டு விஷயங்களிலும், இந்த அடிப்படை உரிமைகள் மறுக்கப்பட்டது என்பதும் அல்லது அனுமதி தாமதிக்கப்பட்டது என்பனவும் - அதற்காக அவர்கள் நீதிமன்றம் சென்று அனுமதி பெற்று வந்திருப்பது என்பதும் சற்று ஆழமாக சிந்திக்க வைக்கும் விஷயங்கள் ஆகும்.

அரசியல் அமைப்புச் சட்டத்தின் 19/1(a),(b),(d) ஆகிய பிரிவுகள், பேச்சுச் சுதந்திரத்துக்கும், அமைதியாக கூடுவதற்கும், தங்களது நாட்டின் எந்தப் பகுதிக்கும் விஜயம் செய்யவும் உரிமை அளித்துள்ளது; தேசத்தின் இறையாண்மைக்கும், சட்டம் ஒழுங்குக்கும் குந்தகம் விளையும் என்பதற்கு ஆணித்தரமான முகாந்திரம் இருந்தால் மட்டுமே, இவற்றைத் தடுப்பது குறித்துப் பரிசீலிக்கலாம்.

சாதாரணமாகக் கிடைத்த உரிமைகள் அல்ல இவை; பல ஆண்டுகள் பலர் போராடி, சிறை சென்று, உயிர்நீத்துப் பெற்றுத்தந்த அடிப்படை உரிமைகள்; மேலும், நீதிமன்றம் தமது அதிருப்தியையும் கண்டனத்தையும் வெளிப்படுத்தியிருக்கும் விஷயங்கள் இவை; இதில் சம்பந்தப்பட்டிருக்கும் நிர்வாகம், எந்த அரசியல் கட்சிக்கும் சார்புடையதாக அல்லாது நடுநிலைமையோடும் பாரபட்சம் இன்றியும், அரசியல் சட்டத்தை நிலை நிறுத்தும் வகையிலும் செயல் பட வேண்டும். இத்தகைய எதிர்பார்ப்பு பொய்க்கும்போது ஆதங்கமும் வருத்தமும் மிஞ்சுகிறது.

இவை, இரண்டு வெவ்வேறு தளங்களில், கேள்விகளை எழுப்பு கின்றன. ஒன்று - ஆளும் கட்சி தமது காழ்ப்புணர்ச்சியின் காரணமாக அடிப்படை உரிமைகளை மறுக்க எத்தனித்தது. இன்னொன்று - நிர்வாகம், இந்தத் தவறான செயலுக்குத் துணைபோவது.

அரசியல் காழ்ப்புணர்ச்சியின் காரணமாக, ஆளும் கட்சியினர், தங்களுக்கு எதிர்க் கருத்துக்கொண்டிருப்போரை செயல்பட விடாமல் தடுக்க நினைப்பது ஒரு புறம் இருந்தாலும், அதற்கு அவர்கள் தங்களது அரசு எந்திரத்தை - நிர்வாகத்தைப் பயன் படுத்தியது தவறு ஆகும்.

ஆனால், இத்தகைய விஷயத்தில், சட்டத்துக்கு நேர் எதிராக, செயல்பட நிர்வாகம் இணங்கியது என்பதுதான் ஆச்சரியமும் அதிர்ச்சியும் தரும் விஷயமாக இருக்கிறது. பிரிட்டிஷ் நிர்வாகத்தில், அரசுக்கு இணக்கமாக, அன்றைய நிர்வாகம் செயல்பட்டதற்கும், இன்றைய நிகழ்வுகளுக்கும் என்ன வேறுபாடு இருக்கிறது என்று எண்ணத் தோன்றுகிறது.

ஒரு நீதிமன்றம் தலையிட்டால்தான், நாம் நம் நாட்டில் அடிப்படை உரிமை சம்பந்தப்பட்ட விஷயங்களில்கூட செயலாற்ற முடியும் என்பது, மிக மோசமான அறிகுறி ஆகும்; ஜனநாயக மாண்புகள் கேள்விக்குறியாக்கப்படுகின்றன என்பதனைத்தான் இவை உறுதி செய்கின்றன.

அப்படி நிர்வாகம் தவறு இழைத்திருக்கிறது என்றால், அதற்கான காரணம் என்ன? அவர்கள் அச்ச உணர்வுடன் செயல்படுகின்றார்களா? அடிப்படை புரிதல் இல்லாது செயல்படுகிறார்களா? நிர்வாக இயந்திரம் தனது சுதந்திரத்தை இழந்துவிட்டதா? அவர்கள் ஏன் தவறுகளைச் சுட்டிக் காட்டவில்லை? என்ற நியாயமான கேள்விகள் நம் மனதில் எழுகின்றன.

நிர்வாகம் என்பது, ஆளும் கட்சிக்காக மட்டும் இல்லை; அது மக்கள் நலனுக்காக இருப்பது என்பதனை உணர வேண்டும்.

நீதி வழங்கப்படுவது மட்டுமல்ல, வழங்கப்படுவது போன்ற தோற்றமும் அளிக்க வேண்டும் என்று சொல்லப்படுவதுண்டு; அதுபோல, நிர்வாகம் என்பது, நியாயமாக நடுநிலையோடு செயல்பட வேண்டும்; அப்படி செயல்பட்டால்மட்டும் போதாது; நியாயமாகச் செயல்படுவதாக தோற்றமளிக்கவும் வேண்டும்.

இத்தகைய நிகழ்வுகள், நமக்கு இன்றைய நிர்வாகத்திடம் நம்பிக்கை அளிப்பதனைவிட அவநம்பிக்கையையே அதிகப்படுத்துகிறது.

செல்வாக்குப் பெற்ற அரசியல் கட்சிகளுக்கே இந்நிலை என்றால் சிறு அமைப்புகள், மற்றும் சாமான்ய மனிதனின் நிலை என்ன? அரசியல் கட்சிகள் தங்களது பிரச்னைகளுக்காக நீதிமன்றம் சென்று வாதிட்டு நீதி பெற முடியும்; சாமான்ய மனிதன், தனக்கு இத்தகைய

அடைப்படை உரிமை மறுக்கப்படும்போது நீதிமன்றம் செல்வது நடைமுறை சாத்தியமா?

ஒரு தனியார் நிறுவனத்தில் ஒருசில நிர்வாகிகள் செய்யும் தவறு வெளிச்சத்துக்கு வரும்போது, அவர்களது மேலதிகாரிகள் விசாரணை நடத்துவார்கள்; மீண்டும் அத்தகையத் தவறுகள் நிகழாவண்ணம் சில நடவடிக்கைகளை எடுப்பார்கள்.

அரசு என்பது தனியார் நிறுவனத்தைவிட முக்கியமானது; எனவே, இந்த நிகழ்வில், நீதிமன்றம் சுட்டிக்காட்டிய அடிப்படையில், அரசு அவர்கள் மீது நிர்வாகத்துறை ரீதியான விசாரணை அல்லது நடவடிக்கை மேற்கொண்டிருக்கிறதா? அல்லது நடவடிக்கை எடுக்கப்படுமா? இது போன்ற கேள்விகளுக்கு பதில் கிடைக்க வேண்டிய நியாயமான கேள்விகள் மனதில் எழுகின்றன.

சாமான்ய மக்கள் உள்ளிட்ட பெரும்பாலோரால் இத்தகைய நிகழ்வுகள் கண்டும் காணாமல் விடப்படுவது என்பது ஒரு மோசமான துவக்கமாக அமைந்துவிடும் என்ற அச்ச உணர்வு மேலோங்குகிறது.

நாம் ஒரு விஷயத்தில் மட்டுமாவது உறுதியாக இருக்க வேண்டும்... எந்தக் காரணத்தைக் கொண்டும் நமது அடிப்படை உரிமைகள் தாக்குதலுக்கு உட்பட அனுமதிக்கக் கூடாது.

- தினமணி: 18.08.2017.

4
ஆய்வுக்கூட்டம் எழுப்பும் சிந்தனைகள்

'மேதகு தமிழக ஆளுநர், தமது சுற்றுப்பயணத்தின்போது அரசு அதிகாரிகளை அழைத்து ஆய்வு மேற்கொண்டார்' என்ற செய்தி, அந்நடவடிக்கை குறித்த இருவித கருத்துகளை ஈர்க்கின்றது.

சாமான்ய மனிதனின் பார்வையில், 'இந்த நிகழ்வு, எந்த முன்னுதாரணமும் அற்றது' எனும் எண்ணத்தையும், 'இது தவறான முன்னுதாரணமாகத் திகழ்ந்துவிடக் கூடாது' என்ற அச்சத்தையும் ஏற்படுத்துகிறது. 'நீதி வழங்கப்படுவது மட்டும் அல்ல, வழங்கப்படுவது போன்ற தோற்றமும் அளிக்க வேண்டும்' என்பார்கள்; அதுபோல் ஆளுநர், நமது அரசியல்சட்ட வரையறைக்குள் செயல்படுவது மட்டுமல்ல, அத்தகைய தோற்றத்துக்குக் குறைவு வராமல் செயல்படுவதும் அவசியம்.

ஆளுநர் எவ்வாறு தேர்ந்தெடுக்கப்பட வேண்டும் என்ற விவாதம், அரசியல் சட்ட நிர்ணய சபையில் எழுந்தபோது, சிலர், 'ஆளுநர், மக்களது பிரதிநிதிகளால் தேர்ந்தெடுக்கப்பட வேண்டும்' என்று முன்மொழிந்தனர். 'ஒரே மாநிலத்தில், ஒரு முதல்வர் மற்றும் ஆளுநர் ஆகியோர் சட்டசபை அங்கத்தினர்களால் தேர்ந்தெடுக்கப்படுவது என்பது, இரண்டு அதிகார மையங்களை ஏற்படுத்தி, அவர்களுக்குள் அதிகாரப் போட்டியையும் சச்சரவையும் ஏற்படுத்தும்' என்ற காரணத்தால் அது தவிர்க்கப்பட்டது; 'ஆளுநர், மைய அரசால் நியமனம் செய்யப்படவேண்டும்' என்ற முடிவும் எய்தப்பட்டது.

பிரிட்டிஷ் ஆட்சிக் காலத்தில், ஆளுநர், அரசரின் பிரதிநிதியாகச் செயல்பட்டார். பின்னர், இந்தியாவில் படிப்படியாகத் தன்னாட்சி வழங்கப்பட்டபோதுகூட, ஆளுநர், தேர்ந்தெடுக்கப்பட்ட அரசின் ஆலோசனையின் அடிப்படையில் செயல்படுவதாகச் சட்டம் இருந்தது; இருப்பினும், அவருக்கு ஏராளமான சிறப்பு அதிகாரங்கள் *(Discretionary Powers)* இருந்தன.

1937இல் ராஜாஜி அவர்கள், சென்னை ராஜதானியின் பிரதமராக பதவி ஏற்க அழைக்கப்பட்டபோது, தமது பதவி ஏற்பினை, சில நாட்கள் தாமதப்படுத்தினார். 'ஆளுநர், தேந்தெடுக்கப்பட்ட அரசுக்கு எதிராகவோ அல்லது முரண்பட்டோ செயல்படக் கூடாது' என்பதனை வலியுறுத்தி, அன்றைய வைஸ்ராய் அவர்களின் சாதகமான உறுதிமொழியைப் பெற்ற பின்னரே பதவி ஏற்றார் என்பதும் குறிப்பிடத் தக்கது.

இதில் கவனிக்கப் படவேண்டிய விஷயம், 'ஆளுநர் என்பவர் மக்களால் தேர்ந்தெடுக்கப்பட்டவர் அல்ல. அவர், மக்களால் தேர்ந்தெடுக்கப்பட்ட அரசின் ஆலோசனைகளின் பேரில்தான் செயல் படவேண்டும், எனவே, அவரது அதிகாரங்கள் ஒரு குறிப்பிட்ட வரையறைக்குள் அமைய வேண்டும்' என ராஜாஜி வலியுறுத்தியதுதான்.

1969இல், தமது அறிக்கையை சமர்ப்பித்த நிர்வாகச் சீரமைப்பு ஆணையம் *(Administrative Reforms commission)*, 'எந்தெந்த விசேஷ அதிகாரங்களை *(Discretionary Powers)* ஆளுநர்கள் பயன்படுத்தலாம் என்பது குறித்து - *(Inter State Council)* மாநிலங்கள் கவுன்சில் நிர்ணயிக்கட்டும்; அதனை, மத்திய அரசு, அரசியல் சட்டமாக்க வேண்டும்' என்று சிபாரிசு செய்தது; ஆயினும் இதனை இதுவரை எந்த மத்திய அரசும் முன்னெடுத்துச் செல்லவில்லை.

நெருக்கடி நிலைக்குப் பின்னர், எண்பதுகளின் துவக்கத்தில், தென் இந்தியாவில் காங்கிரஸ் அல்லாத கட்சிகள் ஆட்சியில் இருந்தபோது, அம்மாநில முதல்வர்கள் கூடி, மாநிலங்களுக்கு அதிக அதிகாரம் வழங்கப் படவேண்டும் என்ற ஒரு கருத்தினை வலியுறுத்தினார்கள்.

அதனையொட்டி அன்றைய பிரதமர் இந்திரா காந்தி, ஜஸ்டிஸ் சர்க்காரியா தலைமையில் ஒரு ஆணையம் அமைத்து, இந்திய அரசியல் சட்டம், மத்திய, மாநில அதிகாரப் பகிர்வுகள் - உறவுகள் ஆகியனவற்றை ஆய்வுக்குட்படுத்தி, எத்தகைய மாற்றங்கள் அவசியம் என்பன குறித்த சிபாரிசுகளை வழங்கச் சொன்னார்.

ஆளுநர் என்ற ஒரு பதவியே அவசியம் இல்லை என்பது முதல், ஆளுநரின் அதிகாரங்கள் பெருமளவு குறைக்கப்பட வேண்டும் என்பன வரையிலும் பல்வேறு கருத்துகள் கமிஷன் முன்னர் வைக்கப்பட்டன. ஆயினும் அரசியல் அமைப்பில், ஆளுனருக்குரிய இடம் அப்படியே நிலைக்க வேண்டும் என்றும், அதிக மாறுதல்கள் அவசியம் இல்லை என்றும் கமிஷன் தமது அறிக்கையில் தெரிவித்தது.

மேலும், ஆளுநர் அதிகாரம் குறித்த சில விஷயங்களைத் தெளிவுபடுத்தி - சுட்டிக் காட்டியது. அவற்றில் முக்கியம் வாய்ந்தவை என ஜஸ்டிஸ் சர்க்காரியா கூறுவன:

1) மந்திரி சபை எடுக்கும் நிர்வாக முடிவுகள், சட்ட மசோதாக்கள், மற்றும் ஆளுநருக்குத் தேவைப்படும் தகவல்களை அளிக்க வேண்டிய கடமை சட்ட ரீதியாக முதல் அமைச்சருக்கு இருக்கிறது.

2) "ஆளுநர், தமது அமைச்சரவையின் ஆலோசனையின் பேரிலேயே செயல்பட வேண்டும்; இருப்பினும் அவருக்கென சில சிறப்பு அதிகாரங்கள் (Discretionary Powers) உண்டு; ஆனால் அவையும் கூட, 163-(1),(2) ஆகிய ஷரத்துக்கள் அடிப்படையில் மட்டுப்படுத்தப் பட்டிருக்கின்றன. மக்களாட்சி முறையில் ஆளுநரின் அதிகாரம் என்பது, தேர்ந்தெடுக்கப்பட்ட அரசின் அதிகாரங்களின் செலவில் அதிகப்படுத்தப்படக் கூடாது; ஆளுநரின் சிறப்பு அதிகாரங்கள் என்பது மிகக் குறைவான அளவிலேயே உள்ளன. ஆளுநரின் நடவடிக்கைகள், நம்பிக்கையின் அடிப்படையிலும், மிகுந்த எச்சரிக்கை உணர்வுடனும், எவ்வித அச்சத்துக்கும் இடமளிப்பதாக அமையாது, அந்தச் சிறப்பு அதிகாரங்கள் பிரயோகிக்கப் படவேண்டும்"

3) "ஆளுநர், தமது அரசு தமக்கு ஆலோசனை வழங்க இயலாத சூழலில் அல்லது அரசே இல்லாத சூழலில் தமது சிறப்பு அதிகாரங்களைச் செயல்படுத்தலாம்; சட்டசபையில் பெரும்பான்மை இழந்துவிட்ட நிலையில் - அதன் ஆலோசனைக்கு எதிராக செயல்படலாம்; அரசு, அரசியல் சட்டத்துக்குட்பட்டு செயல்படாத சூழலில், அதனை கலைக்க சிபாரிசு செய்வது போன்ற சமயங்களில், தமது சிறப்பு அதிகாரங்களைப் பயன்படுத்தலாம்" என்பனவற்றைத் தவிர்த்து, பொதுவாக, ஆளுநர் தமது அரசின் - அமைச்சரவையின், ஆலோசனையின் பேரிலேயே செயல்பட வேண்டும்.

4) "ஆளுநர் தமது அதிகாரத்தினை தனி மனிதர் என்ற முறையில் செயல்படுத்த முடியாது; மாநில அரசுகள், தங்களது நிர்வாக முடிவுகளை ஆளுநரின் பெயரால் செயல்படுத்துகின்றன; ஆளுநரின் பெயரால் இவை செயல்படுத்தப்பட்டாலும், அவற்றின் சாதக பாதகங்களுக்கு மாநில அரசே பொறுப்பு ஏற்க வேண்டும்; இவை குறித்த வழக்குகளைத் தொடரவும் - அல்லது வழக்கு தொடரப்பட்டால் சந்திக்கவும் வேண்டிய பொறுப்பு மாநில அரசுக்குத்தான் உண்டே தவிர, ஆளுநருக்கு இல்லை; (அதாவது,

மாநில மக்களுக்காகச் செயலாற்றும் பொறுப்பும் அதற்கான விளைவுக்கான தார்மீகப் பொறுப்பும் தேர்ந்தெடுக்கப்பட்ட அரசுக்கே உண்டு - ஆளுநருக்கு இல்லை). இவை குறித்து பல ஷரத்துக்கள் தெளிவுபடுத்துகின்றன."

இது தவிர, ஜஸ்டிஸ் சர்க்கரியாவின் மிக முக்கியமான சிபாரிசுகளில் ஒன்று: மத்திய ஆளும் கட்சியைச் சார்ந்த ஒருவர், ஆளுநராக நியமிக்கப் படுவது - அதிலும் குறிப்பாக வேறு கட்சி ஆட்சி நடத்தும் மாநிலத்தில் நியமனம் செய்யப்படுவது தவிர்க்கப்பட வேண்டும்.

இவை, இன்றைய சூழலுக்குப் போதுமான வெளிச்சம் பாய்ச்சுவ தாகவே இருக்கின்றன.

பல ஆண்டுகளாக இருந்த அரசுகளினின்றும் கொள்கை ரீதியாக மாறுபட்ட அரசியல் கட்சி, இன்று மைய அரசினை நிறுவியிருக்கிறது; மக்களின் ஆதரவு பெற்ற இவ்வரசு, சில அடிப்படை மாற்றங்கள் அவசியம் என கருதுமானால் முறையாக, பாராளுமன்றத்திலும், சட்ட சபைகளிலும், பொதுமக்களிடமும் விவாதித்து, அரசியல் சட்டத்திருத்தங்களைக் கொண்டுவந்த பின்னர், நடைமுறை படுத்துவதுப் பொருத்தமாக அமையும். மாறாக, அவர்களது அரசியல் பரிசோதனைகளுக்கு தமிழ்நாடு சோதனைக்கூடமாக மாற்றப் படக்கூடாது.

"இப்போதைய சமூக - பொருளாதார முன்னேற்றங்களை மனத்தில் கொண்டும் இந்திய ஒற்றுமையினையும் மக்களின் நலனையும் உறுதி செய்யும் வகையிலும், இந்திய அரசியல் சட்ட அமைப்புக்கு உட்பட்டும், மத்திய மாநில தற்போதைய உறவுகளை பரிசீலித்து, பொருத்தமான - அவசியமான மாற்றங்களை சிபாரிசு செய்ய வேண்டும்" என சர்க்காரியா கமிஷன் அமைக்கப்பட்டபோது அன்றைய பிரதமர் பாராளுமன்றத்தில் கூறினார்.

இன்றைய சூழல் கூட இத்தகைய பரிசீலனையின் தேவையை உணர்த்துவதற்காகவே இருக்கிறது.

மேலும், இந்தச் சமயத்தில், "நமது அரசியல் சட்டப்படி, 'இந்திய மக்களாகிய நாம்' தான் ("We the People of India") உண்மையான அதிகாரம் உடையவர்கள்" என்று பறை சாற்றுவது நினைவுக்கு வருவதை மறுப்பதற்கில்லை.

- தினமணி: 21.11.2017.

5
முக்கியமானவற்றுக்கு முதலிடம்

ஒரு அலுவலகத்தின் செயல்பாடுகளில் பணத்தைவிட முக்கியத்துவம் கொண்ட அம்சம் 'நேரம்' ஆகும். பணியிடங்களில்-தொழிற்கூடங்களில் 'நேரம்' எவ்வாறு செலவிடப்படுகின்றது என்பது குறித்து ஆய்வுகள் மேற்கொள்ளப்பட்டிருக்கிறன.

பொதுவாக, பணிகள், 1.முக்கியமானவை 2.முக்கியத்துவம் குறைந்தவை 3.தவிர்க்கப்படவேண்டியவை என பிரிக்கப்படும்.

நிர்வாகத்தின் நேரடி வியாபாரம் - வருவாய் - லாபம் ஆகியவற்றைப் பெருக்கக்கூடிய நடவடிக்கைகள் மற்றும் வாடிக்கையாளர் நலன் போன்றவை முக்கிய விஷயங்களாகக் கருதப்படும்; அறிக்கை தயாரித்தல் உள்ளிட்ட விவகாரங்கள் போன்றவை முக்கியம் குறைவான விஷயங்களாகக் கருதப்படும். சாதாரண பிரச்னைகள், கண்காணிப்புகள், தொலைபேசி உரையாடல்கள் போன்றவை குறைக்கப்படவேண்டிய அல்லது தவிர்க்கப்படவேண்டிய விஷயங்கள் என்று கொள்ளப்படும்.

அலுவலகங்களில், பொதுவாக ஒவ்வொருவரது நேரமும், இவற்றில் முறையே 10 - 20 - 70 சதவீதங்கள் நேரம் செலவிடப்படுகிறது என்று ஆய்வுகள் கண்டறிந்து கூறுகின்றன. ஆனால், இன்னொரு அம்சம் என்னவெனில், முக்கியத்துவம் குறைந்த மற்றும் தவிர்க்கப்பட வேண்டிய செயல்பாடுகள் என்பனவற்றை முற்றிலுமாக தவிர்த்து விடவோ அல்லது முழுவதுமாக ஒதுக்கி விடவோ முடியாது என்பதும் நிதர்சனம்.

இத்தகைய பின்னணியில், ஊழியர் மற்றும் நிர்வாகத்தின் நலன் கருதி வழங்கப்படும் ஆலோசனை எதுவெனில், பணி புரியும் ஒவ்வொருவரும், முக்கிய விஷயங்களில் ஈடுபடும் 10 சதவீத நேரம் என்பதனை 15 சதவீதம் என்ற அளவுக்காவது - அதாவது, முக்கியமான

காரியங்களில் செலவிடும் நேரத்தினை ஒன்றரை மடங்காக உயர்த்த முழு முயற்சி எடுக்க வேண்டும்.

இப்படி நிகழும்போது, அவ்வலுவலகத்தின் செயல்பாட்டுத் திறன் உயர்த்தப்படும்; நேரடியாகவும், மறைமுகமாகவும் நிர்வாகத்தின் வளர்ச்சி பெருகும்; அங்கு பணிபுரியும் அனைவரும் பயனடைவர் என்பதும் நிதர்சனமாகும். மேலும் இதன் மூலம் தவிர்க்கப்பட வேண்டிய விஷயங்களுக்குச் செலவிடப்படும் நேரமும் குறைக்கப் படும், என்ற கூடுதல் பலனும் கிட்டும்.

நிர்வாகங்கள், தங்களது அலுவலர்கள் மற்றும் ஊழியர்கள் முக்கியமானவற்றுக்கு முதலிடம் தர வேண்டும் என்ற நோக்கோடு, அவர்களுக்கு, தங்களது பணியினை தரம் பிரித்து வகைப்படுத்தவும் பயிற்சிப் பட்டறைகள் நடத்தும்.

அலுவலகம், தொழிற்கூடம் போன்றவனவற்றுக்கு மட்டுமின்றி, தனிநபர்கள்கூட தாங்கள் செய்கின்ற பணிகளை வகைப்படுத்தி எவ்வளவு நேரம் எததகைய செயல்பாடுகளுக்குச் செலவிடுகிறோம் என்று கருத்தில் செயல்படும்போது அவர்களது செயல்திறன் கூடுவது மட்டுமின்றி, வாழ்க்கைத் தரமும் உயரும் என்பதும் உறுதி. அதற்கு அடுத்த கட்டமாக, அத்தகைய முக்கிய செயல்பாடுகளுக்குச் செலவிடும் நேரத்தை சுய பிரக்ஞையோடு அதிகப்படுத்துவதும் அவசியம்.

இது குறித்த நடவடிக்கைகள், பிள்ளைகள் மீது அக்கறை கொண்ட பெற்றோர்களுக்கும் ஒரு இன்றியமையாக் கடமை ஆகும்; தங்களது பிள்ளைகள், அவர்களது செயல்பாடுகளில் முக்கியமானவை - முக்கியம் குறைந்தவை - தவிர்க்க வேண்டியவை என்பதனை பகுக்கும் வழக்கத்தை இளம் வயதிலேயே கற்கவும், அதன் படி அவற்றினை செய்து முடிக்கவும் கற்றுத்தர வேண்டியது கடமை ஆகும். பள்ளி ஆசிரியர்கள், மாணவர்கள் மீது ஏராளமான தாக்கத்தை ஏற்படுத்தக் கூடியவர்கள்; எனவே அவர்களும் இதில் முனைப்புக் காட்ட வேண்டும்.

முக்கியமானவற்றுக்கு முதலிடம் என்ற கருத்தினை அலசும்போது, இதன் நீட்சியாக, நமது அன்றாட வாழ்வில் ஒரு கணிசமான நேரத்தை ஆக்கிரமிக்கும் - ஊடகங்களின் - குறிப்பாக தொலைக்காட்சி ஊடகங்களைப் பற்றிச் சிந்திக்காமல் இருக்க முடியாது. மேலும், அவை மக்களிடையே பெரும் கருத்துருவாக்கத்தினை ஏற்படுத்தக் கூடியதும் ஆகும். எனவே, அவற்றின் செயல்பாடுகள் குறித்தும் அலசுவது அவசியம் ஆகிறது.

தொலைக்காட்சிகள், முக்கிய விஷயங்களுக்கு முன்னுரிமை கொடுத்து விவாதங்கள் நடத்த வேண்டும் என்பதும், நேயர்களின் விஷய ஞானத்தினை உயர்த்தும் வகையிலும் நிகழ்ச்சிகளை அமைக்க வேண்டும் என்பதும் நியாயமான எதிர்பார்ப்பு ஆகும். அந்த அடிப்படையில் அவை, நாட்டு நலன், சராசரி மனிதனின் அறிவு வளர்ச்சி, விழிப்புணர்வு போன்றவை தொடர்பான நிகழ்ச்சிகளுக்கு முதலிடம் தர வேண்டும் என்பது அவசியம்.

மாறாக, குடும்பத்துக்குள் நடக்கும் உறவினர் சண்டைகள், பொறாமை போன்றவற்றுக்கும், திரைப்படத் துறையினரின் அங்க அசைவுகளுக்கும் திரைப்படப் பாடல் வரிகளுக்கும், தேவையற்ற முக்கியத்துவம் கொடுத்து மணிக் கணக்கில் கூடி விவாதிப்பது என்பது, நாம் எந்த திசையில் சென்றுகொண்டிருக்கிறோம் என்ற கேள்வியையும் மனக்கலவரத்தையும் எழுப்புகிறது.

நமது நாட்டில், பொதுவாக அரசியலில் ஈடுபடுபவர்கள் மீதான நல்ல அபிப்ராயம் என்பது குறைந்து வருவது என்னவோ உண்மைதான். ஆனாலும், பல ஆண்டுகள் பொதுவாழ்வில் ஈடுபட்டு சேவையை மட்டுமே செய்தவர்கள், பதவியில் இருந்தும் தவறான வழிகளில் பொருள் சேர்க்காதவர்கள், அப்பழுக்கற்றவர்களாக விளங்குபவர்கள் ஆகியோர் அருகிவரும் இனத்தைச் சார்ந்தவர்களாக இருப்பினும், இன்னமும் பொதுவாழ்வில் தென்பட்டுக்கொண்டுதான் இருக்கிறார்கள்.

அவர்களை முன்னிலைப்படுத்த வேண்டியதும் முதலிடம் தருவதும் - குறைந்த பட்சம் அப்படிப்பட்டவர்களை மக்களிடையே அறிமுகப்படுத்த வேண்டியதும், ஊடகங்களின், சமுதாயம் சார்ந்த கடமை எனலாம்.

அது, நமது அரசியல்வாதிகள் மீது தளர்ந்து வரும் நமது நம்பிக்கையை சிறிதேனும் அதிகரிக்கச் செய்து ஆரோக்கியமானச் சூழலை வளர்த்தெடுக்கும்.

ஆக, தனிமனிதன் - நிறுவனம் - ஊடகங்கள் என எல்லா தரப்பினரும், சமுதாயத்தின் எல்லா தளங்களிலும் முக்கியமானவற்றுக்கு மட்டுமே முதலிடம் தர வேண்டியதும், தவிர்க்க வேண்டியவற்றைக் கண்டறிந்து அவற்றை அறவே ஒதுக்க எத்தனிக்க வேண்டும் என்பதும் அவசியம் ஆகும்.

- தினமணி: 14.05.2018.

6
நெருக்கடிகளும் படிக்கட்டுக்களாகும்!

சில பிரச்னைகள், சரியானபடி சரியான தருணத்தில் கவனிக்கப்பட்டு, சரி செய்யப்படாதபோது, அவை பெரும் ஒரு குழப்பமான சூழல் அல்லது ஒரு அபாயகரமான கட்டத்தை அடைந்து நெருக்கடியாக உருவெடுக்கும்.

ஒரு தொழிற்சாலையில், தரம் குறித்த, தொடர்ந்த அலட்சியம், நிர்வாகத்தில் மெத்தனம், நவீன தொழில் உற்பத்தி முறைகளின்மை ஆகியன, ஒரு சில ஆண்டுகளில், தொழிற்கூடத்தினையே முடக்கும் நெருக்கடிக்குத் தள்ளும்.

உதாரணமாக, ஒரு தனியார் தொழில்துறை எதிர்கொண்ட நெருக்கடியை எடுத்துக்கொள்ளுவோம்:

நிர்வாகத்தின் லாபம் தொடர்ந்து குறைந்து வந்து, நஷ்டத்தை எட்டியது; தொழிலாளர்களோ தொழிற்சங்கத்தின் வலிமை காரணமாக நவீன உத்திகளையும், ஆட்குறைப்பு சார்ந்த அம்சங்களையும் ஏற்க மறுத்தனர். போட்டி மிகுந்த கள நிலவரத்தையும், தமது நிறுவனத்துக்கு வரும் அபாயங்களைப் புரிந்துகொள்ள மறுத்தனர்.

நிலவரம் மோசமடைந்து அறுவைசிகிச்சை செய்ய வேண்டிய கட்டத்தை நெருங்கியது; நிர்வாகம் ஒரு திட்டதை முன் வைத்தது; சரிபாதியாக ஆள்குறைப்பு, நவீன உத்திகளோடு புது முயற்சி; இதை ஏற்க மறுத்தால், இரண்டு ஆண்டுகளில் மொத்த தொழிற்கூடமும் மூடப்படும் நிலை, என்பதனை தெளிவுபடுத்தியது; தொழிலாளர்களிடம் பேசி அவர்களை இந்த ஆட்குறைப்பு மற்றும் நவீன உத்திகளுக்கு ஒப்புக்கொள்ளச் செய்யும் பொறுப்பினைத் தொழிற்சங்கத்துக்கே விட்டது.

விளைவு, தொழிலாளிகளுக்கும் நிர்வாகத்துக்கும் பயனளிக்கும் வகையில் கட்டாய ஓய்வுத் திட்டம் நடைமுறைப் படுத்தப்பட்டது.

சில ஆண்டுகளில், தொழிற்கூடம் மிக நவீன உத்திகளைப் பயன்படுத்தி பெரும் முன்னேற்றம் அடைந்தது.

பெரும் தனியார் நிறுவனங்கள் இத்தகைய நெருக்கடிகளை சந்திக்கிறது என்றால், மக்களால் தேர்ந்தெடுக்கப்பட்ட அரசு வேறுவிதமான நெருக்கடிகளைச் சந்திக்கிறது. எதிர்பாராத அந்நிய நாட்டுத் தாக்குதல், ஆக்கிரமிப்பு, நட்பு நாடுகளால் கைவிடப்படும் சூழல், உள்நாட்டுக் கலகம், மக்களால் நடத்தப்படும் தொடர் போராட்டங்கள், எதிர்க்கட்சிகளின் ஆர்ப்பாட்டங்கள், ஜாதிமதக் கலவரங்கள், பயங்கரவாதம்... என அடுக்கிக்கொண்டே போகலாம்.

நெருக்கடியான ஒரு சூழல் தோன்றாமல் செய்வதே, சிறந்த நிர்வாகத்துக்கு அழகு.

இதற்கான முன்தயாரிப்புகள், தனியார் துறையில் நிரம்ப உண்டு; தனியார் துறையில், 'எல்லாம் சரியாக சென்று கொண்டிருக்கிறது' என்பது போன்ற தோற்றம் இருந்தால், 'எதோ தவறு நிகழ வாய்ப்பிருக்கிறது' என்ற முன் ஜாக்கிரதை உணர்வுடன், 'ஒளிந்திருக்கும் பிரச்னைகளைத் தேடி', அவை உருக்கொள்ளும் முன்னரே அவற்றுக்கான பலவித தீர்வுகளுடன் தயாராக இருப்பர்.

அங்கு 'தீர்வுகளுக்காக பிரச்சினைகளைத் தேடுதல்' என்பது ஒரு கலாசாரமாக இருப்பதுண்டு.

ஆனால், அரசாங்கம், அடிக்கடி இடம் மாற்றப்படும் அதிகாரிகளாலும், சில சமயங்களில் போதிய அனுபவம் அற்ற அரசியல்வாதிகளாலும் நடத்தப்படுவதால், இந்தத் 'தீர்வுகளுக்காக பிரச்னைகளைத் தேடுதல்' போக்கு இல்லை எனலாம்.

நெருக்கடி சமாளிப்பு - அல்லது நெருக்கடி மேலாண்மை - என்பதனைப் பொறுத்த மட்டில், சரியான நேரத்தில் சரியான தீர்வுகள் காணமுடியாமல் போனால் - Fire Fighting Mode - என்று சொல்லப்படுகின்ற, அவசரகதியில் செயல்பட வேண்டிய நிலை தோன்றும்.

துரதிர்ஷ்ட வசமாக, ஒன்றன் பின் ஒன்று என, இந்நிலை தொடருமானால், நிர்வாகம் நெருக்கடியைச் சமாளிப்பதற்கு மாறாக, பிரச்னைகளே நிர்வாகத்தை வழி நடத்தும் நிலை ஏற்படும்.

எனவே, சூழலைத் தொடர்ந்து கண்காணித்து, நெருக்கடியைத் தவிர்ப்பது, அதனையும் மீறி நிலவரம் நெருக்கடியாக உருவெடுப்பின்

கையாளுவது, தீர்வுகாண்பது, அவற்றிலிருந்து பாடம் கற்றுக்கொள்ளுவது ஆகியன மிக முக்கிய அம்சங்கள் ஆகும்.

இந்த விஷயத்தை பொறுத்த மட்டில், தனியார் துறைக்கு இருக்கும் ஒரு சில வசதிகள், அரசினைத் தேர்ந்தெடுத்த மக்களுக்கு இல்லை எனலாம்.

தனியார் துறையில் சரிவர செயல்படாதவர்களை மாற்றுவது உடனடி சாத்தியம்; ஆனால், ஒரு அரசு, ஒரு நெருக்கடியான நிலையை சரிவர கையாளவில்லை என்றால், பத்திரிக்கைகள் மற்றும் மக்களாலும் கேள்விகள் எழுப்பப்பட்டாலும், அவ்வரசினை தேர்ந்தெடுத்த மக்கள் மாற்ற முடியாது.

மாறாக, அடுத்த தேர்தல் வரை காத்திருக்க வேண்டும். மக்களின் சரியான அல்லது தவறான தேர்வுக்கான பலனை அவர்கள் அடைவது ஜனநாயகத்தில் தவிர்க்க முடியாத ஒன்று.

பல நெருக்கடிகளுக்கு, மனம் திறந்த பேச்சு வார்த்தைகளே தீர்வாக அமையும் வாய்ப்பு உண்டு. இதில் மிக முக்கியமான அம்சம், சம்பந்தப்பட்டவர்கள் மீது முழு நம்பிக்கையோடு, நெருக்கடிக்கான காரணங்களைத் தெளிவாக எடுத்துக் கூறி ஒத்துழைப்பினைப் பெறும்போது பல நெருக்கடிகள் தவிர்க்கப்படுகின்றன.

மேலும், நெருக்கடி நிலையினை கையாளும்போது, பதட்டமற்ற - நிதானமான அணுகுமுறை அவசியம்; அவசரம், ஆத்திரம், காழ்ப்புணர்ச்சி, தேவையற்ற போலி கௌரவம் போன்றவை சூழலை மேலும் மோசமாக்கும் இயல்புடையது.

நெருக்கடியான சூழலைத் தடுப்பது, சமாளிப்பது ஆகியன எவ்வளவு முக்கியமோ, அந்த அளவுக்கு, அதிலிருந்து பாடங்களை கற்றுக்கொள்ளுவதும் அவசியம் ஆகும்.

செய்தவை - செய்யத் தவறியவை - தவிர்க்க வேண்டியவை போன்றவற்றை அலசி மீண்டுமொருமுறை அதே போன்ற நெருக்கடி ஏற்படாதவாறு உறுதி செய்ய வேண்டியது அவசியம் ஆகும்.

ஒரு பெரும் தனியார் நிர்வாகம் அல்லது அரசாங்கமே பல நெருக்கடிகளுக்கு ஆளாகும்போது, தனிமனிதன் நெருக்கடிகளில் சிக்குவதில் ஆச்சரியமில்லை;

இன்னும் சொல்லப்போனால், அவர்கள்தான் அதிக நெருக்கடிகளுக்கு ஆளாகின்றார்கள். ஒரு குடும்பத்தின் நற்பெயருக்கு ஏற்படும் களங்கம்,

எதிர்பாராத மரணம், பெரும் கடன் சுமை, ஏமாற்றம் தரும் தோல்வி போன்றவை குடும்பத்துக்கான நெருக்கடியாக உருவெடுக்கக் கூடும்.

நெருக்கடிகளை தனி மனிதன் வெற்றிகரமாக கடந்து வரும்போது, அதிலும், நெறிகள் சார்ந்தும், நேர்மை பிறழாமலும், தியாகங்களைச் செய்தும் கடந்து வரும்போது, அவனது மேன்மையான குணாதிசயம் வெளிப்படுவது மட்டுமல்ல - அது மேலும் பரிணமிக்கவும் செய்யும்.

எவ்வளவு கடுமையான நெருக்கடியாக இருப்பினும், அவை ஏதோ, ஓர் இரவில் தோன்றி விடுவன அல்ல. ஒரு பிரச்னையாகத் தோன்றி, பல நிலைகளைக் கடந்துதான், நெருக்கடி என்னும் வடிவத்தைப் பெறுகிறது; எனினும் அஞ்ச வேண்டாம்.

'பெரும் நெருக்கடிகள், பல சமயம் அவற்றுக்கான தீர்வுகளை மட்டுமல்ல, சில அருமையான வாய்ப்புகளையும் உள்ளடக்கி இருக்கும்' என்பதனைப் புரிந்துகொள்ளும்போது, நெருக்கடிகளும் படிக்கட்டுகளாகும்.

- தினமணி: 06.07.2018.

7
சுகமான சுமைகள் தேவை!

சில பணிகளைச் செய்பவர்களுக்கு அவர்கள் பணியின் சுற்றுச்சூழல், அங்கு பயன்படுத்தும் பொருட்கள், அங்க அசைவுகள் போன்றவை அவர்களது உடல் நலக்கேட்டினை- பக்க விளைவுகளை ஏற்படுத்தும்.

இரசாயனத் தொழிற்கூடங்கள், சுரங்கங்கள் ஆகியனவற்றில் பணிபுரிவோருக்கு, தோல், நுரையீரல் சார்ந்த நோய்கள் எனவும், சில இடங்களில் ஏழெட்டு மணி நேரம் நின்றுகொண்டே பணி செய்பவர்களுக்கு மூட்டுப் பிரச்சினைகள் போன்றவையும் சில உதாரணங்கள். இவை, தொழில்சார் நோய்கள் எனப்படும். தொழிலாளர்களுக்கு ஏற்படும் இத்தகைய பாதிப்பு என்பதனை ஓரளவு புரிந்துகொள்ள முடியும்.

ஆனால், பட்டாம்பூச்சிகளாய்ப் பறந்து, ஓடியாடித் திரிந்து, பள்ளிக்கூடத்தில் படிக்கும் மாணவ மாணவிகளுக்கும் அவர்களது கல்விச்சுமை சார்ந்த விஷயங்கள் பாதிப்புகளை ஏற்படுத்தக்கூடும் என்பது வருத்தமான விஷயம்.

முப்பது ஆண்டுகளுக்கு முன்னர் இருந்த கல்விச் சூழல், கல்வித் திட்டம், பள்ளியில் மாணவர்களது இலகுவான மனநிலை, இவையெல்லாம் மாறி, தற்போது அவர்கள் பெரும் அழுத்தத்துக்கு உள்ளாகின்றனர். ஆரம்ப வகுப்புகளிலிருந்தே மனரீதியான அழுத்தம், அவர்களது பெற்றோர்-ஆசிரியர்கள் என இருபுறமிருந்து தரப்படுகிறது. இதுதவிர, அவர்கள் நாள்தோறும் சுமக்கும் புத்தகமூட்டை அவர்களை உடல் ரீதியாகவும் பாதிக்கின்றது.

பல மேலை நாடுகள், மாணவர்கள் சுமக்கும் புத்தகங்களின் எடை, பைகளின் அமைப்பு, அவை மாணவர்கள் மீது ஏற்படுத்தும் பாதிப்பு குறித்த அறிவியல் பூர்வமான ஆய்வுகளை சுமார் ஐம்பது ஆண்டுகளுக்கு முன்னரே துவக்கிவிட்டன.

எழுபதுகளில், அந்த ஆய்வுகள், மாணவர்கள் அதிக எடையுள்ள புத்தகச்சுமையை சுமப்பதால், தோள்பட்டை, கழுத்துப்பகுதிகளில் தசைப் பிடிப்பு, முதுகெலும்பு வலி மற்றும் அவை சார்ந்த பிரச்னைகள், சுமையைத் தூக்கிச் செல்லும்போது தடுக்கிவிழுவதற்கான சாத்தியம் மற்றும் அதனால் ஏற்படும் காயங்கள், ஆகியவற்றுக்கான வாய்ப்புகள் அதிகம் என கண்டறிந்தது. 8-10 ஆண்டுகள் தொடர்ந்து தனது உடல் அமைப்புக்கும், சக்திக்கும் ஒவ்வாத சுமையைத் தூக்குவதால், நாளடைவில் அவை பெரும் பாதிப்பாக அமையும் என்றும், அது அவர்களது நிற்றல்-நடத்தல் போன்றவற்றையும் ஓரளவுக்கு பாதிக்கும் என்றும் கண்டறியப்பட்டது. இந்த ஆய்வின் அடிப்படையில், மாணவர்களது புத்தகப் பைகளின் எடை, அவர்களது உடல் எடையில் பத்து சதவீதத்துக்கு மிகாமல் இருக்க வேண்டும் என்ற நெறிமுறை மேலை நாடுகளில் பல ஆண்டுகளுக்கு முன்பே நடைமுறைக்கு வந்து விட்டது.

இந்தியாவில், எண்பதுகளிலிருந்து, தனியார் பள்ளிகள் ஆதிக்கம் செலுத்தத் துவங்கிய பின்னர், புத்தகச்சுமை அதிகரித்து வருகின்றதே தவிர, குறையவில்லை. இந்நிலையில், சில ஆர்வலர்கள் தொடுத்த வழக்கின் அடிப்படையில் மஹாராஷ்ட்ரா மாநில உயர் நீதிமன்றம், மாணவர்களின் புத்தகப் பைகள் எடை குறித்த தீர்ப்பினை வழங்கியிருக்கிறது. மாணவர்கள் சுமக்கும் புத்தகங்கள் அவர்களது எடையில் பத்து சதவீதத்துக்கும் குறைவாக இருப்பதனை கல்வித்துறை உறுதி செய்ய வேண்டுமென்றும், இதுகுறித்து பள்ளிகள் தொடர்ந்து கண்காணிக்கப் படவேண்டும் என்றும் கூறியிருந்தது. தெலுங்கானா மாநிலம், மாணவர்களது புத்தகச் சுமை குறித்த தெளிவான நெறிமுறைகளை வகுத்திருக்கிறது; இந்நெறிமுறைகளை பிற மாநிலங்களில் உள்ள சி.பி.எஸ்.ஈ. பள்ளிகளும் கடைபிடிக்க வேண்டும் என்று, மத்திய மனிதவள மேம்பாட்டுத் துறை சமீபத்தில் அறிவுறுத்தி இருக்கிறது.

இச்சூழலில் தமிழ் நாட்டிலும், மாணவர்களது புத்தகச்சுமை குறித்து, கருத்தினையும் தீர்ப்பினையும் உயர்நீதிமன்றம் சமீபத்தில் வழங்கியிருக்கிறது.

இத்தீர்ப்பு, பெற்றோருக்கும் மாணவர்களுக்கும் ஆறுதல் தருவதாக இருப்பினும், இதன் முழுப்பயன், இத்தீர்ப்பினை அரசு, உதாசீனமின்றி-உரிய முக்கியத்துவம் கொடுத்து, சரிவர நடைமுறைப் படுத்துவதிலேதான் இருக்கிறது.

உயர்நீதிமன்றம், மாணவர்களது புத்தகப்பைகள் எடை, அதிக பட்சமாக ஐந்து கிலோவுக்குள் இருக்க வேண்டும் என்று அறிவுறுத்தி, பள்ளிக்கூட புத்தகச்சுமை குறித்த வழிமுறைகளைத் தெளிவாக இயற்றுமாறு அரசுக்கு வலியுறுத்தி உள்ளது. இது ஒருபுறமிருக்க, சில மாதங்களுக்கு முன்னர் தமிழக அரசு, மாணவர்களுக்கான இலவசப் புத்தகப்பைகள் வழங்குவதற்கான ஏற்பாடுகளைச் செய்தது. அதில், சுமார் 75 லட்சம் பைகள், ஒன்றிலிருந்து - பனிரெண்டாம் வகுப்பு வரையிலான மாணவர்களுக்கு, குறைந்த பட்சம் பத்து கிலோ விலிருந்து அதிக பட்சம் இருபது கிலோ வரை சுமப்பதற்கு ஏற்ப இருக்கவேண்டும் என்று நிர்ணயம் செய்திருப்பது நெருடலான விஷயமாகும். இது, 'அதிகபட்ச ஐந்துகிலோ எடை' என்ற வழிமுறைக்கு முரண்பட்டதாகும். அரசு இதனைக் கருத்தில் கொண்டு இக்கவனக்குறைவினை சரிசெய்ய முன்வர வேண்டும்.

அரசுப்பள்ளிகளுக்கு எளிய பின்னணி கொண்ட குழந்தைகள் வருவதனை உறுதி செய்வதற்கும், முக்கியமாக சிறார்களின் ஆரோக்கியத்தினை மேம்படுத்து வதற்குமென, தமிழக அரசு பெரும்பொருளினை, சத்துணவு திட்டத்துக்காக செலவிடுகிறது. ஆனால், அத்திட்டத்தின்மூலம், பள்ளிக்கு வரும் மாணவர்களுக்கு, பெரும்புத்தக மூட்டையைச் சுமப்பதனால், நேரெதிர் விளைவான ஆரோக்கியக் குறைவு ஏற்படுவதனைத் தவிர்க்க வேண்டும்.

புத்தகமூட்டை பிரச்சினைக்கான தீர்வு, புத்தகப்பைகளின் அளவிலோ, புத்தகங்களின் எடையிலோ மட்டுமல்லாது, தினசரி பாட அட்டவணை, உள்ளிட்ட மேலும் பலவற்றினைக் கொண்டிருக்கிறது. அவையும் நிர்ணயிக்கப்பட்டு, நடைமுறைப்படுத்தப்பட வேண்டும். மேலும், தனியார் பள்ளிகள் உள்ளிட்ட அனைத்துப் பள்ளிகளும், இந்நெறிமுறைகளை ஒழுங்காக பின்பற்றுவதனை உறுதி செய்தல், அரசின் தலையாய கடமை ஆகும்.

இதற்காக, அரசு, கண்காணிப்பு குழுக்களை ஏற்படுத்தி, பள்ளி நிர்வாகம், பெற்றோர்-ஆசிரியர் சங்கம் ஆகியவற்றின் ஒருங்கிணைப் போடு, தொடர் ஆய்வுகளை மேற்கொள்ள வேண்டும். அவை வெளிப்படைத்தன்மை மிக்கதாக இருப்பின் நல்ல பலன் களை அளிக்க வாய்ப்புண்டு. நம் மாணவர்கள் பள்ளிக்குச் சென்றுவருவது அவர்களுக்கு மகிழ்ச்சியானதாக இருக்க வேண்டும்; அத்துடன் 'பெரும் சுமையாக'வும் இல்லாதிருக்க வேண்டும் அல்லவா?

- தினமணி: 18-12-2018.

8
'சேவை சேமிப்பு வங்கி'

ஆண் பெண் இருபாலாருக்கும் கல்வி வசதி, வேலை வாய்ப்பு, சிறு குடும்பம், நகரமயமாதல் போன்றவை, சமுதாயத்தில் பல்வேறு மாறுதல்களை ஏற்படுத்தியிருக்கிறது. இதனால், பற்பல நற்பலன்கள் விளைந்தாலும், ஒரு சில பக்கவிளைவுகளும் உள்ளன; அவற்றுள் ஒன்று, முதியோர் பாதிக்கப்படுவது ஆகும்.

இவர்களில் கணிசமானோர், பிள்ளைகளிடம் இருந்து பிரிந்திருக்கின்றனர், தனிமையில் வாடுகின்றனர், பிறரால் உதாசீனப்படுத்தப்படுகின்றனர், முதியோர் இல்லங்களில் முன்பின் அறிமுகமில்லாதோருடன் சேர்ந்து வசிக்கின்றனர். பொருள் வசதி இருந்தாலும் சிறு சிறு வேலைகளுக்குக்கூட பிறரது உதவியை எதிர்நோக்கியிருக்கின்றனர்.

முதுமையை எய்தியும்கூட சிலர் தங்களாலான ஒரு வேலையைச் செய்து வருவாய் ஈட்டுகின்றனர். வருவாய் ஈட்டுவது நிற்கும்போது பலருக்குப் பிரச்னை துவங்குகின்றது; அப்போதிலிருந்து முதுமையை ஒரு சாபமாகக் கருதுபவர்களும் உண்டு.

முதியவர்கள் தங்களது முதுமையை, தன்னம்பிக்கையுடனும், கௌரவத்துடனும் எதிர்கொள்ள, அவர்களது குடும்பத்தினர் மட்டுமின்றி, சமுதாயமும் - அரசும் வழிவகைகளைக் காணவேண்டும்.

இது ஒருபுறமிருக்க, இன்னொருபுறம், சிலர் இயல்பிலேயே பிறருக்கு - குறிப்பாக, எளியவர்களுக்கும் முதியவர்களுக்கும் - உதவும் எண்ணம் கொண்டவர்களாக இருப்பர். கணிசமான நேரத்தினை - பொருளினை இதற்காக ஒதுக்குவர்.

ஜப்பான் மற்றும் பல மேலை நாடுகளில், இந்த இரு சாராருக்கும் - உதவிகள் தேவைப்படுவோருக்கும் உதவ முன்வருவோருக்கும் - ஒரு பாலமாக TIME BANK என்ற அமைப்பு விளங்குகிறது. நேர வங்கி

என்பதனினும், பயன்பாட்டின் அடிப்படையில், 'சேவை சேமிப்பு வங்கி' என்ற தமிழாக்கம் அதிகப் பொருத்தம். இந்த அமைப்பு குறித்து சிறிது பார்ப்போம்.

வங்கியில், நமது பணத்தைச் சேமித்துப் பின்னர் தேவையானபோது எடுத்துக்கொள்கிறோம். இதேபோல், இளைஞர்கள் - நடுத்தர வயதினர், பிற முதியோருக்கு தாங்கள் செய்யும் சேவையை மணித்துளிகளின் அடிப்படையில் சேமித்து, அதனை, தாங்கள் முதுமை எய்தும்போது பிற இளைஞர்களிடமிருந்து சேவையாகப் பெறும் வசதியை, 'சேவைசேமிப்பு வங்கி' தருகிறது.

இதன்படி, தனித்திருக்கும் மற்றும் உதவி தேவைப்படும் முதியோர், தங்களது பெயர் – முகவரி - எவ்விதமான சேவை தேவை - எவ்வெப்போது தேவை, என்பனவற்றைப் பதிவு செய்து கொள்வர்.

இன்னொருபுறம், சேவை செய்வோர் தங்கள் விவரங்கள், மற்றும் தங்களால் எவ்விதமான சேவை செய்ய இயலும்; உதாரணமாக படித்துக் காட்டுவது, தோட்ட வேலை செய்தல், பேச்சுத் துணையாயிருத்தல், வீட்டு வேலைகளில் உதவியாக இருத்தல் - ஒரு வாரத்துக்கு எத்தனை மணி நேரம் சேவையில் ஈடுபட முடியும் என்ற தகவல்களைப் பதிவு செய்வர். இவர்களது சேவைக்கு பணம் தரப்படமாட்டாது. மாறாக, இவர்களது சேவை செய்யும் நேரம் சேமிப்புக் கணக்கில் வைக்கப்படும். இயன்ற வரை இவர்கள் தங்களது சேவையை சேமிப்பாக சேர்த்துக் கொண்டு போகமுடியும். தங்கள் வயோதிக காலத்தில், இவர்களது சேவை நேர சேமிப்புக்கேற்ப, தேவையான சேவைகளை பிறரிடமிருந்து எந்தப் பணச் செலவும் இன்றிப் பெறமுடியும். இத்தகைய அமைப்பு இன்றைய முதியோருக்கும் எதிர்கால முதியோருக்கும் ஒரு சேர பயன் தரும்.

இந்தத் தேவை - சேவை ஆகியனவற்றை ஒருங்கிணைக்கும் பாலமாக 'சேவைசேமிப்பு வங்கிகள்' செயல்படுகின்றன. சில முதியோர், பிறரது உதவியை நாடத் தயங்குவர். ஆனால், உதவுவோர், தங்களது சேவைநேர இருப்புக் கணக்கை உயர்த்திக் கொள்ளுகிறார்கள் என்ற உணர்வு, அத்தயக்கத்தினைப் போக்கும். இதனால் பல முதியோர், உதவி பெறுவது மட்டுமின்றி, மன அழுத்தத்திலிருந்து ஓரளவு விடுதலை பெறுவர், புது நட்பு வளையம் கிடைக்கும். சில பொழுதுபோக்குகளில் ஈடுபட முடியும்.

'சேவை சேமிப்பு வங்கி' முதியோருக்கு சிறுசிறு உதவிகள் செய்வது என்பது மட்டுமின்றி வேறு இருமுக்கிய தளங்களில் உதவுகின்றது.

இரா.கதிரவன் | 105

ஒன்று, முதியோருக்கு உதவி என்பதனையும் கடந்து, அவர்களது உடல் - மனோரீதியான ஆரோக்கியத்தினை மேம்படுத்த உதவுவது. இரண்டு, தனித்திருக்கும் முதியோரின் சமூகத்துடனான பிணைப்பினை வலுப்படுத்துகிறது.

இந்தியா இளைஞர்களால் நிரம்பிய நாடு என்றாலும், இங்கு 15 கோடிக்கு மேல் அறுபது வயதினைக் கடந்தவர்கள் உள்ளனர்; மேலும் 'சென்னை நகரில் மட்டும் 300க்கும் மேற்பட்ட முதியோர் இல்லங்கள் உள்ளன' என்ற தகவல்கள், இத்தகைய அமைப்புக்கள் இந்தியாவில் வளர வேண்டியதன் அவசியத்தினை வலியுறுத்துகின்றது.

அமெரிக்கா, பிரிட்டன், சீனா மற்றும் ஜப்பான் உள்ளிட்டப் பல நாடுகளில் இவ்வமைப்பு வேரூன்றிவிட்டது.

இந்தியாவில், மத்தியபிரதேச அரசு, 'சேவை சேமிப்பு வங்கி'யினைத் துவக்க முனைந்துள்ளது; பிற மாநிலங்களும் இதனை நிர்மாணிக்க முன்வரவேண்டும்.

மேலும், சமூகத்தில் அங்கீகாரம் பெற்று சிறந்து விளங்கும் பெரு நிறுவனங்கள், இத்தகைய வங்கிகளைத் துவக்கி முன்மாதிரியாகத் திகழலாம். தங்களது ஊழியர்கள், சேவைசேமிப்பு வங்கிகளில் பங்குபெறுவதனை ஊக்கப்படுத்தலாம்.

கல்லூரிகளில் விடுமுறை நாட்களில், மாணவர்கள் சில மணி நேரங்களை இத்தகைய சேவையில் ஈடுபடுவதனை வலியுறுத்தலாம்; அது, மாணவர்களது சமூக பிரக்ஞையையும் அக்கறையையும் அதிகரிக்கும்.

ஒவ்வொரு முதியோர் இல்லமும் ஒரு சேவை சேமிப்பு வங்கியோடு இணைக்கப்படுவது பலனளிக்கும். பரிட்சார்த்தமாக, ஒவ்வொரு மாநகராட்சிக்கு ஒரு "சேவை சேமிப்பு வங்கி" துவக்கப்பட்ட வேண்டும். இவ்வங்கிகள் குறித்த மேலை நாடுகளின் அனுபவத்திலிருந்து நாம் நிறைய கற்றுக்கொள்ளலாம்;

மனிதர்கள் முதுமை அடைகிறார்கள்; ஆனால், சமுதாயம் முதிர்ச்சி அடைதல் வேண்டும்; அத்தகைய முதிர்ச்சி என்பது, ஒரு சமுதாயம் அதன் முதியோருக்குத் தரும் கௌரவத்திலும் மரியாதையிலும் வெளிப்படும்.

'சேவை சேமிப்பு வங்கிகள்' அதற்கான அடையாளமாக இருக்கும்.

- தினமணி: 11.11.2019.

9
தரமும் நன்னெறிகளும்

"இந்தப் பொருள் ஜப்பானில் வாங்கியது... ஏழு வருடமானாலும் கெட்டு விடாது"! "ஃபாரின் சமாசாரம்தான் எனக்குப் பிடிக்கும்... உள்நாட்டு பொருள்கள் அவ்வளவு விசேஷமாக இருக்காது"; "என்னதான் சொல்லுங்கள், சிங்கப்பூர்... சிங்கப்பூர்தான், அவங்க கூட நம்ம பொருட்கள் போட்டிபோட முடியாது" என்பது போன்ற சொற்றொடர்கள் முன்னரெல்லாம் அடிக்கடி நம் செவிகளில் விழும்.

அயல்நாட்டுப் பொருட்களின் மீதான மோகமும், அந்தப் பொருட்களுக்கு இணையான தரம் வாய்ந்த பொருட்கள் இங்கே நம் நாட்டில் தயாரிக்கப்படவில்லை என்பனவுமே இதற்கான காரணங்களாக இருந்தன.

உற்பத்தி செய்யப்படும் பொருள்களானாலும் அல்லது வாடிக்கயாளர்களுக்கு செய்யப்படும் சேவைகளானாலும் வாடிக்கை யாளர்களின் எதிர்பார்ப்பு என்ற ஒன்று இருக்கிறது. வர்த்தகத் துறையில், வாடிக்கையாளர்களின் இந்த எதிர்பார்ப்பை நிறைவேற்றுவது என்பது பெரும் சவால். அதனைப் பூர்த்தி செய்ய முடியவில்லை என்றால், எவ்வளவு பெரிய நிறுவனமானாலும் தமது வாடிக்கையாளர்களை இழந்துவிடும்.

சேவை தொடர்பான ஒரு சூழலைப் பார்ப்போம்:

பல தனியார் நிறுவனங்களில், வாடிக்கையாளர்களை முகமன் கூறி வரவேற்பது - இனிமையாக பேசுவது - அவர்களது தேவைகளைக் கவனத்துடன் கேட்டறிவது - அது குறித்த நடவடிக்கைகளை நிச்சயப் படுத்திக்கொள்ளுதல் - குறிப்பிட்ட நடவடிக்கையை அல்லது சேவையை எவ்வளவு காலகட்டத்தில் முடிக்கமுடியும் என்று தெரிவிப்பது- நடவடிக்கையின் ஒவ்வொரு கட்டத்திலும் அது குறித்து வாடிக்கையாளர்களுக்கு தகவல் தெரிவிப்பது என, சேவை - துரிதமாகவும் ஒழுங்காகவும் நடக்கும்.

ஆனால், பெரும்பாலான அரசு அலுவலகங்களில் நுழைந்தால் கிடைக்கும் அனுபவமே வேறு மாதிரியானது... அலாதியானது! 'என்ன... ஏது' என்று கூட கேட்காமல், "போய் வரிசையில் நில்லுங்கள்" என்பதும், வரிசையில் நின்று அருகில் வரும்போது, "சார், நீங்கள் தவறான கௌண்டரில் வந்துவிட்டீர்கள், அடுத்த கடைசி கௌண்டரில் போய் விசாரியுங்கள்" என்பதும், "ஆபீசுக்கு வெளியில் ஃ பாரம் கிடைக்கும், அதனை வாங்கி, நிரப்பிக் கொண்டு வாருங்கள்" என்பதும், மதியம் மணி பனிரெண்டு ஆனாலும், "சார், அந்த கிளார்க் இன்று அரை மணி நேரம் 'பெர்மிஷன்', அதனால் லேட்டாதான் வருவார், நீங்கள் நாளை வாருங்கள்" என்பதும் சர்வசாதாரணம்.

இவ்வளவுகூட பரவாயில்லை, மேசை முன்னால் ஆள் நிற்பதையே கவனிக்காத மாதிரி சிலர் வெகு மும்முரமாக ஃ பைல் பார்ப்பதையும், நம்மில் பலரும் 'நல்ல அனுபவமாக'ப் பெற்றிருக்கக் கூடும்....

இதனால், வாடிக்கையாளர்கள் குறித்த இரு வேறு அணுகு முறைகளையும் உணர முடிகிறது. இப்படி பொருள்களாக இருப்பினும் -சேவையாக இருப்பினும் அவற்றின் மதிப்பு, அவற்றின் தரம் குறித்தே அளவிடப் படுகிறது.

இரண்டாம் உலகப் போருக்குபின் ஜப்பான், பிற நாடுகளோடு தொழில் துறையில் போட்டியிட, முக்கிய அஸ்திரமாகப் பயன் படுத்தியது 'தரம்' என்ற ஒன்று தான்.

மிகக் குறைவான தாதுப் பொருள்கள் - சிறிய நிலபரப்பு - போரில் பெரும் தோல்வி- பொருளாதார சிக்கல்- தொழில் போட்டி இவை அனைத்தையும், 'தரம்' என்ற அஸ்திரத்தைக் கொண்டு வென்றனர். உலக சந்தையில், தங்களுக்கு என ஒரு தனி இடத்தை பிடித்தனர்.

முப்பது ஆண்டுகளுக்கு முன்னிருந்த, இறக்குமதிக்கு கட்டுப் பாடுகள் 'லைசென்ஸ் ராஜ்' - 'கோட்டா சிஸ்டம்' போன்றவை இன்றில்லை. முன்பிருந்த 'உற்பத்தியாளர் சந்தை' என்ற நிலை இப்போது இல்லை; காரணமாக கட்டுப்பாடுகள் தளர்த்தப்பட்டு, இந்திய மற்றும் அயல் நாடுகளின் பல நிறுவனங்களின் பொருட்களும் சந்தையில் கிடைக்க வழி வகை செய்யப்பட்டிருப்பதால், போட்டி நிறைந்த சந்தையில் வாடிக்கையாளர்களைக் கவரவும் - அவர்களைத் தக்க வைத்துக் கொள்ளவும், நமது நாட்டு நிறுவனங்களும் தரம் குறித்து பெரிதும் அக்கறை செலுத்துகின்றன. இது தவிரவும், தரம் குறித்த விழிப்புணர்வு வாங்குபவர்கள் இடையே பெரிதும் அதிகரித்து

இருப்பதால் உற்பத்தி சங்கிலியில் 'தரம்' என்ற ஒன்று மிக முக்கியமான வளையமாக இருக்கிறது.

தொழிற்கூடங்களில், தயாரிப்புக்களின் தரம் குறித்து நிர்ணயம் செய்யவும் - தரத்தினை உறுதி செய்யவும் - மூலப்பொருள்கள் வாங்குவதிலிருந்து - உற்பத்தி செய்யப்படும்போதும் - மற்றும் விநியோகம், விற்பனைக்குப் பின்னரான பராமரிப்புச் சேவை என கண்காணிக்கவும் தனிப் பிரிவுகள் உள்ளன.

உற்பத்தி செய்பவர்கள் - அல்லது சேவை செய்பவர்கள் தனிப்பட்ட முறையில் தரம் குறித்து, பயிற்சிவிக்கப்படுகிறார்கள். பொருட்கள் அல்லது சேவை இவற்றின் தரத்தினை அளவிட குறியீடுகள் - அளவுகோல்கள் என்பனவும் உள்ளன.

இப்படி தரமான பொருள்கள் அல்லது சேவை, சந்தையை சென்று அடையும்போது, நல்ல வரவேற்பு - பெயர் - இலாபம் பெற்றுத் தருகிறது. தொழிற்சாலைகளில் - தரம் குறித்த இலட்சியம் - தரம் நிர்ணயம் - கட்டுப்பாடு - மற்றும் தரம் உறுதி செய்யப்பட கோட்பாடுகளும் மற்றும் அதற்கென தனி பிரிவுகள் இருக்கின்றன. நிறுவனங்களின் பெயரை உயர்த்துவதிலும் - நிலை நாட்டுவதிலும் தக்க வைப்பதிலும், இந்த பிரிவுகள் பெரும் பங்கு ஆற்றுகின்றன.

பொதுவாக, ஒரு நாடு தயாரிக்கும் பொருட்களின் தரத்துக்கும் அல்லது தரும் சேவைகளின் தரத்துக்கும், அந்த நாட்டின் பொருளாதார வளர்ச்சிக்கும் நெருங்கிய தொடர்பு உண்டு; அதன் காரணமாக, மக்களின் வாழ்க்கைத் தரத்துக்கும் நெருங்கிய தொடர்பு உண்டு.

தரமான பொருட்களை உற்பத்தி செய்யும் நாடுகளிலும், தரமான சேவைகளைத் தரும் நாடுகளிலும் மக்களின் வருவாய் அதிகரித்து, அவர்களது வாழ்க்கைத் தரம் உயர்வது கண்கூடு.

நமது அரசு அலுவலகங்களின் அலட்சியமான சேவை மனப்பான்மையும், தவறான போக்குகளும் முதலீட்டாளர்களை விரட்டுகின்றன என்பதும் நம் மக்களின் வாழ்க்கைத் தரம் உயராது இருக்க ஓரளவுக்கு காரணம் என்பது சிந்திக்கத் தக்கது.

ஒரு நாட்டு மக்களின் வாழ்க்கை தரத்தினை - சில அளவுகோல்கள் மூலம் மதிப்பிடுவது வழக்கம்.

அவை: முதலாவதாக அடிப்படைத் தேவைகள், இரண்டாவதாக வளர்ச்சி மற்றும் நலன் சார்ந்த விஷயங்கள், மூன்றாவதாக மனித உரிமை சார்ந்த விஷயங்கள் என்று பிரிக்கப் படுகின்றன.

அடிப்படைத் தேவைகள்:

உணவு மற்றும் புரத தேவைகளை நிறைவு செய்தல்; பாதுகாக்கப்பட்ட குடிநீர் வசதிகள்; குடியிருப்பு வசதிகள்; சராசரி வருவாய் - சராசரி ஆயுட்காலம்.

வளர்ச்சி மற்றும் நலன் சார்ந்த விஷயங்கள்:

அடிப்படைக் கல்வி வசதிகள்; தொலைத் தொடர்பு வசதிகள்; மருத்துவ வசதிகள்.

மனித உரிமை சார்ந்த விஷயங்கள்:

தனி மனித உரிமைகள் - உயர் கல்விக்கான வாய்ப்பு:

இன்னும் சில தருணங்களில், சராசரி மின்சார உபயோகம், பிறப்பு இறப்பு விகிதம், போன்றவை உட்பட்ட விஷயங்களும் ஒரு நாட்டின் வளர்ச்சி அல்லது அம்மக்களின் வாழ்க்கை தரம் குறித்து அளவிடப் பயன்படும்.

உதாரணத்துக்கு, அளவில் வெகு சிறியதான நார்வே நாட்டை எடுத்துக்கொண்டால் சராசரி ஆயுட்காலம் - 82 வருடங்கள்; தனிமனித சராசரி ஆண்டு வருவாய் - சுமார் 66,000 அமெரிக்க டாலர்கள்; தனிமனிதனின் சராசரி மின்சாரப் பயன்பாடு - 65,992 யூனிட்டுகள்; கல்வி பெற்றவர்கள் - அநேகமாக நூறு சதவீதம் மக்கள்; சராசரி கல்விக்காலம் - 17 ஆண்டுகள்

இந்தியாவின் அளவீடுகளை எடுத்துக்கொண்டால், சராசரி ஆயுட்காலம் - 68 வருடங்கள்; தனிமனித சராசரி ஆண்டு வருவாய் - சுமார் 1600 அமெரிக்க டாலர்கள்; தனிமனிதனின் சராசரி மின்சாரப் பயன்பாடு - 1010 யூனிட்டுகள்; அடிப்படைக் கல்வி பெற்றவர்கள் - அநேகமாக 75 சதவீதம் மக்கள்; சராசரி கல்விக்காலம் - 11 ஆண்டுகள்.

இந்த அடிப்படைகளில் பார்க்கும்போது, வளர்ச்சியடைந்த உலக நாடுகளோடு ஒப்பிடுகையில் நம் நாடு இன்னும் பயணிக்க வேண்டிய தொலைவு மிக அதிகம் என்பது மட்டும் தெளிவு.

பொருட்களின் தரம், வாழ்க்கைத் தரம் ஆகியனவற்றின் நீட்சியாக மனிதர்களின் தரம் குறித்த சிந்தனை, குணநலன்கள் - மற்றும் நன்னெறிகள் ஆகியனவற்றுக்கு நம்மை இட்டுச் செல்லும்.

வாழ்க்கைத் தரம் என்பது வேறு; மனிதனின் தரம் என்பது வேறு. வாழ்க்கைத் தரத்தினை செல்வம் நிச்சயிக்கலாம்; ஆனால், மனிதனின் தரத்தை அவன் கடைபிடிக்கும் நன்னெறிகளே நிச்சயிக்கின்றன.

தனி மனிதனுக்கும், சமுதாயத்துக்கும், அரசுக்கும் என நெறிகள் மற்றும் கோட்பாடுகள் உள்ளன.

நன்னெறிகள் அவற்றைக் கடைபிடிக்கும் மனிதனை உயர்த்துகின்றன. ஆனால், அதனினும் மேலாக அவன் சார்ந்த மக்களையும் - சமுதாயம் - நாடு ஆகியவற்றையும் உயர்த்தவல்லது.

அதற்கு நேரெதிராக, ஒருசிலர் நெறி பிறழ்ந்து தம் வாழ்க்கைத் தரத்தை மட்டும் உயர்த்திக்கொள்ளும்போது, அவர்கள் அதனால் பலன் பெறுவதுபோல் தோன்றினாலும், அவர்களைச் சார்ந்த சமுதாயம் - அல்லது நாடு பலன் பெறுவதில்லை.

மாறாக, அந்த சமுதாயத்தின் சம ஒழுங்கு நிலை (equilibrium) கெடுகின்றது.

அது மட்டுமல்ல, அப்போது அந்த சமுதாயம் அல்லது நாட்டின் வீழ்ச்சிக்கும் வித்து விதைக்கப்படுகிறது.

நன்னெறி பிறழ்ந்து - தவறுகளை அரசனே இழைக்கும்போது, அந்த நாடு மீள முடியாத வீழ்ச்சியடைகிறது. இதற்கான சான்றுகளை சரித்திரம் அடுக்குகின்றது.

சொல்லில் பொய் - வஞ்சகம் - தீயநோக்கு, செயலில் பிறரை ஏமாற்றும் நோக்கு - தான் வளர பிறரைக் கெடுக்கும் குறுகிய செயல்கள், அடுத்தவர் பொருளுக்கு ஆசைப்படுதல் - லஞ்சம் வாங்குதல் உள்ளிட்ட தவறான வழிகளில் சொத்து சேர்க்க முற்படுதல் போன்றவற்றை கடைபிடிக்கும் ஒரு சமுதாயம் தரம் சிறந்து விளங்க முடியுமா?

ஒரு வேளை, அங்கு செல்வம் மிகுந்திருந்தாலும் அத்தகைய நாட்டினை சிறந்த நாடு எனக் கொள்ள முடியுமா?

நன்னெறிகளைக் கற்றுத் தருவது யார்? நம் பழக்கத்திலும் - ரத்தத்திலும்கூட ஓரளவுக்கு அவை கலந்து கிடக்கின்றன.

நம் முன்னோர் விட்டுச் சென்ற ஏராளமான நூல்கள் நமக்கு வழிகாட்ட இருக்கின்றன. ஆனாலும் அதனைப் பயன்படுத்தும் பெரும் பொறுப்பு பெற்றோருக்கும், கல்வி புகட்டும் ஆசிரியர்களுக்கும் உள்ளது.

வாழ்க்கைத் தரம் என்பது செல்வத்தினை அடிப்படையாகக் கொண்டது. நன்னெறிகள், சமுதாய நலன் - நாட்டின் நலன் கருதி வகுக்கப்பட்டவை. இவை இரண்டுமே முக்கிய அம்சங்கள்தான்.

வள்ளுவர் சொல்வது போல, செல்வத்தினை, பால் என்று கருதினால், நன்னெறிகள் - பண்புகள், அதனைத் தாங்கும் கலயமாக விளங்கும்.

எனவேதான், பொருள் சேர்ப்பதன் அவசியத்தை வலியுறுத்தும் வள்ளுவர், 'செய்க பொருளை...' என்று நமக்கு ஆணையிடுகிறார்; ஆயினும், அதனை நல்வழியில் - நல்ல நெறிகளின் மூலமே அடைய வேண்டும் என்று கூறுகிறார்:

'பண்பிலான் பெற்ற பெருஞ்செல்வம் நன்பால் கலந்தீமை யால்திரிந் தற்று' என்று விளக்குகிறார்.

நமக்கு, வள்ளுவர் சொல்லினைவிட சிறந்த சொல் வேறு ஒன்று உண்டோ?

- தினமணி: 03.05.2016.

10
நல்லது நடக்குமா?

உலகில், மிக அதிகமான எதிர்ப்புகளையும் ஏளனங்களையும் இழப்புக்களையும் கொடுமைகளையும் சந்தித்த இனங்களுள் ஒன்று யூதர்கள் இனம்.

ஆனால், கடும் உழைப்பு, ஒற்றுமை, விடாமுயற்சி, நம்பிக்கை, உலக நாடுகளில் தங்களது பிரச்னைகளை எடுத்துச் சொல்லி ஆதரவு திரட்டும் சாதுர்யம் போன்றவற்றால், பல இடையூறுகளைத் தாண்டி, இன்று மிக உயரிய இடத்துக்கு வந்திருக்கின்றனர்.

ஜெர்மனியில் யூதர்கள் அடைந்த துன்பங்களுக்கு அளவே இல்லை. உலக யுத்தத்துக்கு முன்னர், நாஜியினர், ஜெர்மனியின் ஆட்சியைப் பிடித்தனர். மக்களும், நாஜியினரிடம் ஏராளமாக எதிர்பார்ப்புடன் இருந்தனர்.

ஆனால், நாஜிக்கள், ஜெர்மனியின் சங்கடங்களுக்கெல்லாம் யூதர்கள் முக்கியகாரணம் என்று கூறத் துவங்கினர். யூதர்கள் ஒடுக்கப்பட்டால் - அழிக்கப்பட்டால், ஜெர்மனி வளம் பெரும் என்று கூறினர். நாஜிக்களின் இனம் உலகின் மிக உயர்ந்த இனம் என்று கூறினர்; சர்வாதிகாரி ஹிட்லர், தேவதூதன் என்ற நிலைக்கு உயர்த்தப்பட்டார்.

யூதர்களுக்கு எதிரான, 'ஹோலோகாஸ்ட்' என்னும் நடை முறை செயலுக்கு வந்தது. அவர்கள் சுதந்திரம் பறிக்கப்பட்டது. அவர்களுக்குரிய வேலை வாய்ப்புகள் மறுக்கப்பட்டு விரட்டியடிக்கப்பட்டனர். யூதர்களின் ஆலயங்கள் - synagogues - அடித்து நொறுக்கப்பட்டன. அவர்களது கடைகள், உடைமைகள் சூறையாடப்பட்டன.

யூதர்களுக்கு வதைமுகாம்கள் உருவாக்கப்பட்டன. ஜெர்மனியில் சுமார் நாற்பதினாயிரம் வதைமுகாம்களும், முழுமையாக அழிப்பதற்கென்ற ஒழிப்பு முகாம்களும் (Extermination camps)

உருவாக்கப் பட்டன. பசியாலும் பிணியாலும், கடும் வேலையினாலும், சித்ரவதையினாலும், ஜெர்மனியிலிருந்த எழுபது சதவீதம் யூதர்கள் இறந்தனர். சிலரே உயிர் பிழைத்தனர்; வேறு சிலர் நாடு கடந்து ஓடிப் பிழைத்தனர்.

யுத்தத்தில், ஜெர்மனி தோல்வி அடைந்து; ஹிட்லர் தற்கொலை செய்து மாண்டார்.

ஜெர்மனியின் தோல்விக்குப் பின்னர், அங்கு சர்வாதிகாரம் நீங்கி, ஜனநாயக ஆட்சி ஏற்பட்டது. ஆட்சிப் பொறுப்பேற்றவர்களும், மக்களும் யூதர்களுக்கு ஜெர்மனி இழைத்த கொடுமைகளுக்கு வெட்கினர்; 1970ல், ப்ராண்ட் (Brandt), யூதர்கள் சமாதிகள் முன் மண்டியிட்டு மன்னிப்புக் கோரினார்.

உலகப்போர் முடிவில், இஸ்ரேல் எனும் தனி தேசமும் உருவானது; அது மட்டுமின்றி, யூதர்களின் உலகம் தழுவிய அமைப்பு ஒன்று உருவாக்கப்பட்டது. *claims conference* - என்ற அவ்வமைப்பு, யூதர்களுக்கு, ஜெர்மானிய அரசு இழைத்த கொடுமைகளுக்கு இழப்பீடு தர வேண்டும் என்று வலியுறுத்தியது.

நாஜிக்களால் பாதிக்கப்பட்ட யூதர்களின், நிவாரணம் - மறுசீரமைப்பு - மீள்குடியேற்றம் போன்றவற்றினை உறுதி செய்ய வேண்டும் என்ற அறைகூவல், ஏனைய உலக நாடுகளால் ஆதரிக்கப்பட்டது. ஜெர்மனியின் தலைவர், கொன்ராட் அடெனார் (Konrad Adenauer), கொள்கையளவில் இக்கோரிக்கைகளை ஏற்றுக்கொண்டார்.

அரசாங்கங்கள் பொதுவாக மற்றோர் அரசாங்கத்துடன் மட்டுமே பேச்சு வார்த்தை நடத்தும். ஆனால், ஜெர்மானிய அரசு, ஒரு இன மக்களின் கூட்டமைப்போடு பேச்சுவார்த்தை நடத்தியது. சில ஆண்டுகள் நடைபெற்ற, இப்பேச்சுவார்தைகளின் அடிப்படையில் ஓர் ஒப்பந்தம் கையெழுத்தாகியது.

பேச்சுவார்த்தைகளில், உயிரிழந்த யூதர்களின் குடும்பங்களுக்கும், உறுப்புகளை இழந்தோர்களுக்கும் பத்து ஆண்டுகளுக்குள் கணிசமான தொகையினை இழப்பீடாகத் தர ஜெர்மனி ஒப்புக்கொண்டது.

ஜெர்மனியின் ஒருங்கிணைப்புக்குப் பின்னர், முந்தைய கிழக்கு ஜெர்மனியில் இருந்து பாதிக்கப்பட்ட யூதர்களுக்கும் இழப்பீடு தரப்பட்டது. வேறு சிலருக்கு, மாதந்தோறும் உதவித்தொகை, இன்னமும் வழங்கப்பட்டு வருகிறது. ஜெர்மனியிலிருந்து அயல்நாடுகளுக்குத் தப்பியோடிய யூதர்கள், சுமார் ஏழரை லட்சம் பேருக்கு உதவித்தொகை வழங்கப்பட்டது.

இவ்வாறாக, 32 பில்லியன் டாலர் (இரண்டரை லட்சம் கோடி ரூபாய் மதிப்பு), இதுவரை, இழப்பீடு தரப்பட்டிருக்கிறது. இன்னமும், ஒவ்வொரு ஆண்டும், ஜெர்மனி அரசு, நிவாரணக் குழுவுடன் பேசி, கணிசமான தொகையினை, எந்தவொரு சுணக்கமும் இன்றி வழங்கிக் கொண்டிருக்கிறது என்பது குறிப்பித்தக்கது.

இவை அனைத்தும், அன்றைய நாஜி அரசின் குற்றங்களுக்கு, இன்றைய ஜெர்மானிய அரசு அனுபவிக்கும் தண்டனை என்றே கருத வேண்டும்.

யூதர்கள் பட்ட இன்னல்களை நோக்கும்போது, இலங்கையைச் சேர்ந்த தமிழின மக்கள் பட்ட துன்பங்கள் நினைவுக்கு வருவதனை தவிர்க்க இயலாது. இலங்கைத் தமிழர்களது இன்னல்கள், எவ்விதத்திலும் யூதர்களின் துன்பங்களுக்குக் குறைந்ததல்ல.

பல ஆயிரம் அப்பாவிகள் கொல்லப்பட்டும், உறுப்புகளை இழந்தும், உரிமைகளையும் உடைமைகளையும் இழந்தும் பெரும் அவதிக்குள்ளாகியுள்ளனர். பலர், உயிரைக் காத்துக்கொள்ள பல நாடுகளுக்கு அகதிகளாக இடம்பெயர்ந்ததும், அவர்கள் படும் இன்னல்களும் நம் கண்முன் நிழலாடுகிறது.

போரின்போது வலுக்கட்டாயமாக இழுத்துச் செல்லப்பட்ட இளைஞர்கள், கொல்லப்பட்டவர்கள், காணாமல் போனவர்கள், இன்னமும் சிறையில் இருப்பவர்கள் குறித்த யாதொரு சரியான தகவலும் கிடைக்காமல், அவர்களது பெற்றோர்கள் பெரும் அவலத்துக்குள்ளாகி இருப்பது இன்னமும் தொடர்கதை.

இலங்கை அரசோ, இழைத்தத் துன்பங்களுக்காக மன்னிப்பும் கோர வில்லை. கொடுமைகள் இழைக்கப்பட்டதாகவோ, பல அப்பாவிகள் இறந்ததாகவோ ஒப்புக்கொள்ளவும் இல்லை. பறிக்கப்பட்ட உரிமைகள், நிலங்கள் மீண்டும் வழங்கப்படவும் இல்லை. இழப்பீடு, புனரமைப்பு, மறுவாழ்வு, நிவாரணம் போன்ற திட்டங்கள் ஏட்டளவில் கூட இல்லை.

யூதர்களுக்கு ஜெர்மானிய அரசால் வழங்கப்பட்டது போன்ற நிவாரணமும் நிம்மதியும், தமிழர்களுக்கு, இன்றில்லாவிட்டாலும் இனியாவது கிடைக்குமா?

நல்லது நடக்கும் என நம்புவோம்!

- தினமணி: *12.08.2019.*

11
புத்தகங்களைப் பரிசளியுங்கள்!

திருமணம் அல்லது இல்ல நிகழ்ச்சிகளில் நீங்கள் தரும் பரிசுப் பொருள் அல்லது அன்பளிப்பு என்பது, அன்பு கலந்த உணர்வின் வெளிப்பாடு; அங்கு, அன்பளிப்பாகத் தரப்படும் பொருட்களைவிட, அன்பளிக்கும் - பரிசளிக்கும் செயலே முக்கியத்துவம் வகிக்கிறது.

பல தருணங்களில், இந்நிகழ்ச்சிகளுக்கு என்ன பரிசுப்பொருள் தருவது என்பது ஒரு குழப்பம் ஏற்படும். அத்தகைய குழப்பத்தினைத் தவிர்க்கும் வகையில், சில அழைப்பிதழ்களில், 'பரிசுப்பொருட்களைக் கண்டிப்பாக தவிர்க்கவும்' என்ற அன்பு வேண்டுகோள் அமைந்திருக்கும்.

இது ஒருபுறமிருக்க, நடைமுறையில், பல திருமணக் கூடங்களில், அவசர கதியில், மணமக்களுக்கு வாழ்த்துகளைத் தெரிவித்து, ஒரு 'கவரை' அவர்கள் கையில் திணித்து, புகைப்படம் எடுத்துக் கொண்டு, அவசரமாகப் பறப்பதனை நீங்கள் பார்த்திருக்கக் கூடும். அந்த அளவுக்கு, அன்பளிப்பு என்பது ஒரு சம்பிரதாயமாக - சடங்காக மாறியிருப்பதும் உண்மைதான்.

தரப்படும் பரிசுப்பொருட்கள் பலவும், பிரித்துப் பார்க்கப்பட்டு, உதட்டின் பிதுக்கலோடு, பத்திரப்படுத்துவதுண்டு. அவற்றுள் சில, வேறு உறையில் மாற்றப்பட்டு, மற்றொரு நிகழ்ச்சிக்கு அன்பளிப்பாகச் சென்று சேர்வதும் உண்டு. இன்னொரு புறம், மாறிவரும் நுகர்வு கலாசாரத்தின் பின்னணியில், இளைய சமுதாயத்தினரை நம்பி, ஏராளமான, அங்காடிகள், பரிசுப்பொருட்களுக்கு என்றே பிரத்தியேகமாக முளைத்திருக்கின்றன.

சாதாரண மக்கள், திருமணம் உள்ளிட்ட நிகழ்ச்சிகளுக்கு, தங்களது பங்களிப்பாகவும், பிறருக்கு உதவும் எண்ணத்துடன் பணத்தினை அன்பளிப்பாகத் தரும் வழக்கம், எப்போது துவங்கியதோ தெரியவில்லை; ஆனாலும் இன்றளவும் நிலைத்து நிற்கின்றது.

பொதுவாக அன்பளிப்புகள், தரப்படும் நபர், அவரது வயது, தொழில், அவருடன் உள்ள நெருக்கம் அல்லது உறவு, அவரது விருப்பங்கள், தேவைகள் ஆகியவற்றினை அடைப்படையாகக் கொண்டமையும்போது, நினைவில் நிற்பது மட்டுமின்றி, பயனுள்ளவையாவும் அமையும்; ஆனாலும், இவை அனைத்துக்கும் விதிவிலக்காக அமையும் ஒரே அன்பளிப்பு புத்தகங்கள் மட்டுமே. புத்தகங்களைவிட இன்னொரு சிறந்த அன்பளிப்பு என்பது இருக்குமா என்பது சந்தேகமே. அதிலும், நீங்கள் படித்து ரசித்த ஒரு புத்தகத்தினை அன்பளிப்பாகத் தரும்போது ஏற்படும் மனதிருப்திக்கு ஈடு இல்லை.

பல பரிசுப்பொருட்கள், வெகு சில காலத்தில் அவற்றின் பயன் பாட்டினை இழக்கும். ஆனால், புத்தகங்கள் அவற்றின் மதிப்பை இழப்பதில்லை. சில ஆண்டுகள் கழித்து மறுவாசிப்பின் மூலம் படிப் பவருக்கு ஒரு புது பரிணாமத்தையும் ஆனந்தத்தையும் கொடுக்கக் கூடியது. தவிர, சில வீடுகளில், காலத்தை வென்ற சில நூல்கள், தலைமுறை தாண்டி, அடுத்த தலைமுறைக்கும் பயன்படும்.

புத்தகம் வாசிக்கும் வழக்கம் இல்லாதவர், அவருக்கேற்ற பொருத்தமான புத்தகத்தை அதுவரை பார்க்கவில்லை என்றுதான் பொருள்; நீங்கள் தரும் புத்தகம், அவர் விரும்பக்கூடிய ஒரு புத்தகமாக அமைந்துவிட்டால், ஒரு நல்ல பழக்கத்தினை அவர் உருவாக்கிக் கொள்ள நீங்கள் காரணமாக அமைவீர்கள். அந்தவகையில் அவர் வாழ்வில் திருப்புமுனையை ஏற்படுத்தியவர் ஆவீர்கள்.

அதுபோல, புத்தகங்களைப் போன்ற நல்ல வழித்துணை கிடைப்பதரிது. ரயில், விமானநிலையங்களில் காத்திருக்கும் நேரம், பயணம் செய்யும் நேரம், அயலூரில் தனித்துப் பயணிக்கும்போது, தொழில் நிமித்தமாகத் தங்கியிருக்கும்போது என பல்வேறு சந்தர்ப்பங்களில், புத்தகங்கள் நல்ல துணையாக அமையும். சில நூலாசிரியர்கள், அவர்களின் எழுத்துகள் மூலம் நமக்கு நண்பர் போன்றவர்கள். சில நூலாசிரியர்கள் வழிகாட்டிகள் போன்றவர்கள்.

அந்தவகையில், புத்தகங்களைப் பரிசளிக்கும்போது, ஒரு நல்ல நண்பரையோ, வழித்துணையையோ, வாழ்வின் வழிகாட்டியையோ அறிமுகம் செய்கிறீர்கள்; பரிசாகத் தருகிறீர்கள் என்றே பொருளாகும்.

மேலும், புத்தகத்தின் விலையைவிட அதன் தரம்தான் உயர்வானதாகக் கருதப்படும்; மிகச் சிறிய நூல்கூட, பெரிய தாக்கத்தினை ஏற்படுத்தவல்லது அல்லவா?

நல்ல புத்தகம் ஒன்றினை பரிசாகப் பெற்றவர், அதனை ஒரு பெரும் பொக்கிஷமாகப் போற்றுவார். அவரது நட்பு வளையத்துக்குள் பரிசளித்தவரை நெருக்கமாக வைத்திருப்பார். நீங்கள் சிலர் தரும் புத்தகங்கள், ஒருவருக்கு அவர் வீட்டில், சிறு நூலகம் அமைக்கும் எண்ணம் ஏற்படுத்துமானால், நீங்கள் அவருக்கு மட்டுமல்ல, ஒரு சமுதாயத்துக்கே பெரும் தொண்டாற்றியவர் ஆகிறீர்கள். நீங்கள் பரிசளித்தப் புத்தகத்தினை, பரிசு பெற்றவர் படிக்கவேயில்லை என்றாலும், அவர் குடும்பத்தினரோ, வேறு எவரோ வாசிக்கும் வாய்ப்பு உள்ளது. அந்த வகையில் அது பயன்பட்டே தீரும், என்பதில் சந்தேகமில்லை.

வயதில் இளைய, குறிப்பாக சிறுவர்களுக்கு அன்பளிப்பாகத் தரப்படும் புத்தகங்கள் பெருமதிப்புடையவை. ஏனெனில், புத்தகங்கள், அவனது கற்பனை வளத்தினைத் தூண்டிவிடக்கூடியது, அவனுள் ஒளிந்திருக்கும் படைப்பாற்றலை வெளிக்கொணர உதவுவன ஆகும். ஒரு சிறுவன் புத்தகம் வாசிக்கும் பழக்கத்துக்கு நீங்கள் காரணமாவீர் களானால், ஒரு நல்ல குடிமகனை உருவாக்க உதவுகிறீர்கள்.

இன்னொரு தளத்தில், கல்வி, அரசால் இலவசமாக கற்பிக்கப் பட்டாலும், அதனைத் தாண்டி, புத்தகம் வாங்கிப் படிப்பது என்பது பல எளிய குடும்பத்தினருக்கு எட்டாக்கனிதான். எனவே, தெரிந்த மனிதர்களுக்கு மட்டுமின்றி, அருகில் உள்ள எளியோர்கள், கிராம நூல் நிலையம், கல்விக்கூடம் என நீங்கள் புத்தகங்களை அன்பளிப்பாகத் தருவது பேருதவியாக இருக்கும். புத்தக அன்பளிப்பு என்பது, ஒரு நண்பருக்கு, ஒருஇளைஞனுக்கு, சிறுவனுக்கு ஒரு கிராம நூல்நிலையத்துக்கு, பள்ளிக்கூடத்துக்கு மட்டும் நேரடியாகப் பயன்படுவது அன்று. அதற்கும் அப்பால், சமுதாயத்தின் மீது அக்கறை கொண்ட எழுத்தாளர்கள், அந்நூல்களை வெளியிடும் பதிப்பகங்கள், புத்தக விற்பனை நிலையங்கள் என பலருக்கும் ஒரு சேர உதவுகிறது.

இன்னுமொரு விஷயம், எவருக்கேனும் பரிசளிக்க ஒரு புத்தகம் வாங்கும்போது, உங்களை அறியாமல், நிச்சயம் உங்களுக்கும் ஒரு புத்தகம் வாங்கிக்கொள்ளுவீர்கள்!

இவ்வாறு, புத்தக அன்பளிப்பு என்பது, தனிமனிதன் மற்றும் சமுதாயம் என்ற இரு தளங்களில், பயன்தர வல்லது. ஆதலால், புத்தகங்களைப் பரிசளியுங்கள்... புத்தகங்களையே பரிசளியுங்கள்!

- தினமணி: 25.06.2019.

12
இது தவறான முடிவு!

சில தினங்களுக்கு முன்னர் ஒரு செய்தி சில பத்திரிகைகளில் வெளியாகியிருந்தது.

‘உத்திரப்பிரதேச நவநிர்மாண் என்ற அமைப்பின் சார்பாக, மீரட் நகரத்தில், சுமார் 50 பதாதைகள் வைக்கப்பட்டிருந்தன. ‘‘உ.பி.யில் தங்கிப் படிப்பவர்கள், தொழிலில் ஈடுபடுவோர், வேலையில் இருக்கும் காஷ்மீரைச் சார்ந்தவர்கள் யாவரும், உ.பி.யை விட்டு, உடனடியாக வெளியேறிவிட வேண்டும், இல்லையேல் கடும் விளைவுகளைச் சந்திக்க வேண்டும்’’ என்றும் எச்சரிக்கப்பட்டிருந்தனர்’ என்பதே செய்தியாகும்.

‘காஷ்மீரில், இந்திய பாதுகாப்புப் படையைச் சார்ந்த வீரர்கள் மீது கல் எறிதல் போன்ற சம்பவங்களிலும், வன்முறையிலும் ஈடுபடும் காஷ்மீரிகளுக்கு எச்சரிக்கைவிடும் விதமாகவும் - எதிர்வினை ஆற்றும் வண்ணமாகவும் இந்த அறிவிப்பு’ என்றும் கூறப்பட்டது.

‘உங்கள் உறவினர்கள், பாதுகாப்பு வீரர்கள் மீது கல் எரிந்து துன்பப் படுத்தும்போது, நீங்கள் இங்கே நிம்மதியாக இருக்க முடியாது’ என்று சொல்லப்பட்டது. உள்ளூர் மக்களுக்கு, காஷ்மீரைச் சார்ந்தவர்களை - முழுமையாக ஒதுக்கி வைக்குமாறும் அறிவுறுத்தப்பட்டது. குறிப்பாக, காஷ்மீரிகளுக்குத் தங்க இடம் - குடிக்க நீர் - பால் - பத்திரிகை - வங்கிகளில் கணக்கு போன்ற வசதிகள் செய்து தர வேண்டாம்!’ என்று அறிவுறுத்தியிருந்தார்கள்.

இந்தியாவின் அறிவியல் வல்லுநர்கள், ஒரே சமயத்தில் பல துணைக் கோள்களை விண்ணில் செலுத்தும் சாதனை எனும் முன்னேற்றமான - பெருமைப்படும் தகவல்கள் ஒரு புறம் என்றால், இன்னொரு புறம், வெளியில் சொல்லிக்கொள்ள முடியாத அளவுக்கு வெட்கக்கேடான விஷயங்களும் நிகழ்வது ஒரு விந்தையான முரண் ஆகும்.

காஷ்மீரில், படை வீரர்களுக்கு எதிராக, அந்தப் பகுதியின் தவறாக வழிநடத்தப்படும் மாணவர்கள் மற்றும் இளைஞர்கள், செய்யும் காரியங்களை நியாயப்படுத்த முடியாது. அது நோக்கமும் அல்ல... ஆனால், அதற்கான எதிர்வினை எனும் பெயரில் நாட்டின் வேறு ஒரு பகுதியில் செய்யப்படும் சட்டத்துக்குப் புறம்பானவற்றை ஏற்றுக்கொள்ள முடியுமா? ஒரு தவறினை இன்னொரு தவறு சரி செய்து விடுமா?

ஒரு மாநிலத்தில் நிகழும் தவறான சம்பவங்களுக்கு, இன்னொரு மாநிலத்தில் இருக்கும் அப்பாவி மக்களை அச்சுறுத்துவதும் - துன்புறுத்துவதும் எந்த வகையில் நியாயம்?

அமெரிக்காவில் நமது இந்தியர்கள் சிலர், தேவையற்ற அச்சுறுத் தலுக்கு ஆளாகி இருப்பதையும், சிலர் கொல்லப்பட்டதையும் கண்டு நாம் ஒவ்வொருவரும் மனம் பதைக்கிறோம். ஆனால், நமது தேசத்தில், ஒரு மாநிலத்தில் இப்படி நிகழ்வதை எப்படி ஏற்றுக்கொள்ள முடியும்?

அது மட்டுமல்ல, இத்தகைய அணுகுமுறை வெற்றி கண்டால், அதனையே பிறரும் கைக்கொள்ள ஊக்குவிக்கும்.

'வல்லான் வகுத்ததே வாய்க்கால்' அல்லது 'தடியெடுத்தவன் எல்லாம் தண்டல்காரன்' எனும் நிலை உருவாகும். மேலும், இது போன்ற வன்முறைக்குக் கிடைக்கும் வெற்றி என்பது, உண்மையில் மக்களிடையே நிரந்தர மனத்தாங்கலை - பிளவை ஏற்படுத்தும் வாய்ப்பினை உள்ளடக்கியது. தவிரவும், சாமான்ய மக்கள் சட்டம் - நீதி ஆகியவற்றின் மீது வைக்கும் நம்பிக்கையை இழக்கச் செய்துவிடும். இது ஒரு நல்ல விளைவு என்று சொல்வதற்கில்லை. இதன் நீட்சி, சற்று அதீதக் கற்பனையாகக்கூட இருக்கலாம். ஆனாலும், அந்தக் கற்பனை மனத்தில் அச்சத்தை ஏற்படுத்துகிறது.

ஒவ்வொரு மாநிலமும், தனது அண்டை மாநிலத்தோடு ஏதேனும் ஒரு வகையில் சில தீர்வு எட்டப்படாத பிரச்னைகளை வைத்திருக்கிறது. இக்காரணங்களுக்காக, சிலர் வன்முறையைக் கையில் எடுத்து பிற மாநிலத்தவரை வெளியேறச் செய்வது என்ற நிலை ஏற்படுமேயானால், பல்வேறு மாநிலத்து மக்களிடையே பரஸ்பர நம்பிக்கை - நல்லெண்ணம் - மரியாதை போன்றவை தகர்த்தெறியப்படும்.

ஒரு மொழி பேசுவோர், இன்னொரு மொழி பேசுவோரது மாநிலத்துக்குள் இருப்பது, ஒரு குறிப்பிட்ட மதத்தினர் வேறு

மதத்தவரோடு இணக்கமாக வசிப்பது போன்றவற்றுக்குக் குந்தகம் ஏற்படும். மக்கள் அவரவர்கள் மாநிலத்தில் மட்டுமே, அச்சமின்றி வாழ முடியும் என்கிற ஒரு சூழலை நோக்கி செல்லுகிறதா நாடு?

அசாம் உள்ளிட்ட வடகிழக்கு மாகாணத்தைச் சேர்ந்த மக்கள், பெரும்பாலோர் தினக்கூலி வேலை செய்வோர் - ஓட்டல்களில் வேலை செய்தவர்கள் -மாணவர்கள் என ஒரு சில லட்சம் பேர் பெங்களூரு நகரை விட்டு சில ஆண்டுகளுக்கு முன்னர் ஒரு வதந்தியின் அடிப்படையில் வெளியேறினர். பின்னர், அசாம் மற்றும் கர்நாடக அரசுகள் தலையீட்டில் அந்தப் பிரச்னை நிவர்த்தி செய்யப்பட்டது. இருப்பினும், அந்த மக்களின் மனத்தில் பய உணர்வு - தான் ஒரு அந்நியனோ என்ற உணர்வு எழுந்ததை தவிர்க்க இயலவில்லை.

ஒரு புறம் தேசிய ஒருமைப்பாட்டைப் பற்றியும், பன்மையிலும், வேற்றுமையிலும் ஒற்றுமை என்று பேசி வருகிறோம். இன்னொரு புறம், சில தீய சக்திகள் அத்தகைய நல்ல விஷயங்களை குழி தோண்டிப் புதைக்க எத்தனிப்பது வருத்தம் தருகிறது.

இந்த நேரத்தில், சில ஆண்டுகளுக்கு முன்னர் தமிழ் மக்கள் அண்டை மாநிலம் ஒன்றில் பெரும் அச்சுறுத்தலுக்கும் - அபாயத்துக்கும் உள்ளாக்கப்பட்டபோது, தமிழகத்தில் மக்கள், அமைதிக்கு பங்கம் வாராமல் பெரும் அமைதி காத்தனர். தமிழகத்தில் வசிக்கும் அந்த அண்டை மாநில மக்களுக்கு எந்த வித இடையூறும் அச்சுறுத்தலும் தராதிருந்தனர். தமிழக அரசும் அம்மக்கள் மீது எந்த வன்முறைக்கும் இடம் அளிக்காது என்பதனை உறுதிபட தெளிவுபடுத்திய காரணத்தால், எந்தப் பகுதியிலும் எவருக்கும் எந்தவொரு தீங்கும் நிகழாது இருந்தது.

இத்தகைய நல்ல முன்னுதாரணத்தை பிற மாநிலங்களும் கவனிக்க வேண்டும்; கடைபிடிக்க வேண்டும். தவறுகள் முளையிலேயே கிள்ளி எறியப் பட வேண்டும்!

- தினமணி: 25.04.2017.

13
மனிதநேயம் பெருகட்டும்!

உலகின் முன் இருக்கும் பெரும் பிரச்னைகளுள் ஒன்று அகதிகள் பிரச்னை. 'இன்றையக் கணக்கில், உலகில் இரண்டு கோடி பேர் அகதிகளாக தங்கள் நாட்டினை விட்டு பிற நாடுகளில் தஞ்சம் அடைந்திருக்கிறார்கள்' என்று உலக நாடுகளின் அகதிகள் ஆணையம் தெரிவிக்கிறது.

உலகச் சரித்திரத்தில், இரண்டாயிரம் ஆண்டுகளுக்கும் மேலாக அகதிகளாகப் பலநாடுகளில் திரிந்து இன்னலுற்றவர்கள் யூதர்கள்தாம்; கி.மு. 7ஆம் நூற்றாண்டிலிருந்து, கி.பி. 1948ல் தமக்கென நாடு அமைந்த பின்னரும்கூட அகதிகளாகத் திரிந்த சரித்திரம் அவர்களுடையது.

இன்று, உலக அகதிகளில் பாதி பேர் சிரியா நாட்டினர். அவர்களில் பாதிக்கும் மேலானோர் துருக்கியில் தஞ்சம் அடைந்திருக்கிறார்கள். லெபனானில் வாழும் ஐந்து பேருக்கு ஒருவர் சிரியா நாட்டு அகதி.

அகதிகளுக்கு, தாங்கள் தஞ்சம் புகுந்த எல்லா நாடுகளிலும் ஆதரவும் பரிவும் கிடைக்கும் என்று சொல்ல முடியாது. சில சமயங்களில், 'எண்ணெய்ச் சட்டிக்குப் பயந்து நெருப்பில் விழுந்த கதை'யாக ஆவதுமுண்டு.

இந்தியாவுக்கு நான்கு திசைகளில் இருந்தும் அகதிகள் வந்து சேர்ந்த விசித்திர சிறப்பு உண்டு.

வடகிழக்கில் சீன ஏகாதிபத்தியத்தை எதிர்த்த திபெத் நாட்டில் இருந்து, திபெத்தியர்கள் சுமார் ஒன்றரை லட்சம் பேர் 1959ல் இந்தியாவுக்குள் நுழைந்தனர். மேற்கில், 1947ல் சுதந்திரத்தை ஒட்டிய பிரிவினையின் போது, இந்தியாவில் இருந்து மேற்கு பாகிஸ்தானுக்கும், அங்கிருந்து இந்தியாவுக்குமாக சுமார் ஒன்றரை கோடி மக்கள் இடம் பெயர்ந்தனர். கிழக்கு பாகிஸ்தானிலிருந்து, மேற்கு வங்கம் - அசாம் பகுதிகளுக்கு சுமார் 35லட்சம் பேர் வந்து சேர்ந்தனர்.

1971ல், பாகிஸ்தானில் பிரச்னை மூண்டபோது, கிழக்கு பாகிஸ்தானிலிருந்து, சுமார் ஒரு கோடி பேர் இந்தியாவுக்குள் - குறிப்பாக அசாம், மேற்கு வங்கம், திரிபுரா, மேகாலயா மாநிலங்களில் அகதிகளாக தங்க வைக்கப்பட்டனர்.

தெற்கிலிருந்து, எண்பதுகளில் சுமார் 4 லட்சம் பேர், தமிழகத்துக்குள் இலங்கையில் இருந்து அகதிகளாக வந்தனர்.

இது மட்டுமல்ல, தம் சொந்த நாட்டுக்குள்ளே, ஒரு பகுதி விட்டு இன்னொரு பகுதிக்கு, அரசியல் - மத - இன - துவேஷங்களினால் இடம் பெயர்ந்து வசிப்போர் உண்டு; அகதிகள் என்று அழைக்கப்படுவது இல்லையே தவிர, அகதிகளின் இன்னல்கள் அனைத்தையும் இவர்களும் அனுபவிப்பவர்களே; *(IDP - internally displaced persons)* ‘உள்நாட்டுக்குள் இடம் பெயர்ந்தோர்’ எனப்படுவர்..

சொந்த நாட்டுக்குள்ளே அகதியாக ஒரு மாநிலத்தில் இருந்து இடம் பெயர்ந்து வேறு பகுதிக்கு அல்லது மாநிலத்துக்குச் செல்லும் பாதுகாப்பு அற்ற நிலை, காஷ்மீர் பண்டிதர்களுக்கு உருவானது.

1948க்கு பின்பும், பிறகு 1990 களிலும் காஷ்மீர் பகுதியிலிருந்து சுமார் ஒரு லட்சம் பேர் ஜம்முவுக்கும் டில்லிக்கும் இடம் பெயர்ந்த வர்கள்; இன்னமும் தங்களது சொந்தப் பகுதிக்கு திரும்ப இயலாத நிலையில்தான் இருக்கிறார்கள்.

இதேபோன்ற கொடுமை, இலங்கை வட மாகாணத்தைச் சேர்ந்த தமிழர்களுக்கு, இலங்கையில் இன்னும் நீடிக்கிறது.

இந்நேரத்தில், அறிவியல் வல்லுனர்கள் தரும் ஓர் எச்சரிக்கை, நம்மைச் சிந்திக்க வைக்கிறது.

பூமியில் ஏற்படுகின்ற புவி வெப்பமயமாதல், கடல் நீர் மட்டம் உயர்தல், புதிய பாலைவனங்கள் உருவாகும் அபாயம் போன்றன வற்றால், பல நாடுகளிலும், உள்நாட்டில் இடம் பெயர்வோர் எண்ணிக்கை இன்னும் சில ஆண்டுகளுக்குள் பெருகக் கூடிய அபாயம் இருப்பதாக எச்சரிக்கிறார்கள்.

இப்படி இடம் பெயர்வோரை, வல்லுனர்கள் Environmental Refugees என்று அழைக்கிறார்கள்.

ஒரு நாட்டிலே பல தலைமுறைகளாய் வாழ்ந்து, தங்களது கடும் உழைப்பால்அந்நாட்டைச் செழிக்க வைத்தவர்கள், அந்நாடு சுதந்திரம் அடைந்த பிறகு - அவர்களது மூதாதையர் சில நூறாண்டுகளுக்கு முன்னர்

வேறு நாட்டில் இருந்து வந்து குடியேறியவர்கள் என்ற காரணத்தால் - *stateless persons* - குடியுரிமை அற்றவர்களாக ஆக்கப்பட்ட அநீதியையும் கொடுமையையும், 1948ல் அன்றைய சிலோன் (இலங்கை) ஆட்சி, தமிழ் பேசும் மலையகத் தமிழர்களுக்கு இழைத்தது. அங்கு வெறுப்பு அரசியலில் முக்கிய அத்தியாயமாகவும் இது அமைந்தது.

1948ல், சுமார் 10 லட்சம் பேர் அடையாளம் - உரிமை - சமவாய்ப்பு ஆகியன இழந்தார்கள். 1964ல், இவர்களில் 5 லட்சம் பேரை இந்தியா ஏற்றுக்கொள்வதாகவும், 3.50 லட்சம் பேருக்கு சிலோன் குடியுரிமை வழங்குவதாகவும், 1.50 லட்சம் பேர் பற்றி பின்னர் முடிவு செய்து கொள்ளலாம் என்றும் சாஸ்திரி - ஸ்ரீமாவோ பண்டாரநாயக ஒப்பந்தம் போடப்பட்டது. இதனால், பாதிக்கப்பட்டவர்களின் மன நிலை எவ்வாறு இருந்திருக்கும் என்று சிந்திக்கவும் மனம் அஞ்சுகிறது.

இன்னொரு சரித்திர நிகழ்ச்சி: இது 1948ல் பர்மா சுதந்திரம் அடைந்தபின் நடந்தது...

சுமார் 150 ஆண்டுகள் பர்மாவில் வாழ்ந்த தமிழர்கள், தங்கள் திறமையால் வாங்கிய நிலம் அனைத்தையும், பர்மா தேசியமயம் ஆக்கியது. சுமார் 27 லட்சம் ஏக்கர், கையகப்படுத்தப்பட்டு, சந்தை விலையில் சொற்பத் தொகையே இழப்பீடாக தரப்பட்டது, அதுவும் சிலருக்கே கிடைத்தது.

பலர் ஏமாற்றப்பட்டனர். 1823க்கு முன்னர் குடியேறியவர்களின் சந்ததியினருக்கு மட்டுமே குடியுரிமை - சொத்துரிமை என்று சட்டம் கொண்டு வரப்பட்டு, 5 லட்சம் இந்தியர்கள் - பெரும்பாலான தமிழர்கள், உரிமை இழந்து அகதிகளாக இந்தியா வர நேர்ந்தது.

மீண்டும் 1963ல் இரங்கூனில், தமிழர்களின் 12,000 கடைகள், சொத்துக்கள் சூறையாடப்பட்டு, தமிழர்கள் ஒன்றரை லட்சம் பேர் விரட்டப்பட்டனர்.

அவர்களது பணம் (*demonetization*) செல்லாத நோட்டு ஆக்கப்பட்டது. உயிருக்கு அஞ்சி, தமிழ்நாட்டுக்குத் திரும்பியவர்கள், இங்கு நம்பிக்கை மட்டுமே மூலதனமாகக் கொண்டு வாழ்வை மீண்டும் துவக்கினர்.

இன்றும்கூட, மியான்மரில் (முந்தைய பர்மா), தமிழர்களுக்கு, சட்டப்படியும் தஸ்தாவேஜுகளின் அடிப்படையிலும் சேர வேண்டிய சொத்துக்களின் மதிப்பு ரூபாய் ஒரு இலட்சம் கோடிக்கும் மேலாக இருக்கும் என்று பாதிக்கப்பட்ட தமிழர்கள் கூறுகின்றனர்.

அகதிகள் பிரச்னை, மனித உரிமை மீறல்கள் ஆகியனவற்றுக்கு, மக்களிடம் மனிதநேயம் குறைவதும், தமக்கு உள்ள உரிமைகள் பிறருக்கும் உண்டு என்பதனை உணர மறுப்பதும் முக்கிய காரணம்; சக மனிதனிடமும் அண்டை அயலாரிடமும் அன்பு, நல்லெண்ணம் செலுத்துவது மட்டுமே, மனிதநேயம் பெருகுவது மட்டுமே, ஒற்றுமையும் - அமைதியும் நிலைப்பதற்கு, தனி மனிதனின் பங்களிப்பாக அமையும்.

- தினமணி: 08.04.2017.

14
சிறைவாசம்: இன்றும் அன்றும்!

பல அரசியல் தலைவர்கள், அவர்களது ஆட்சிக்காலத்திய தவறுகளுக்காகவும், அதிகார துஷ்பிரயோகத்துக்காகவும் சிறைக்கு அனுப்பப்படுகின்றனர். அவர்கள் மட்டுமல்ல, கல்வித்துறை துவங்கி கலைத்துறை வரையினரும்கூட இத்தகைய செய்திகளில் அடிபடுகின்றனர். அவர்களது சிறைவாசம் குறித்த செய்திகளையும் அடிக்கடி பார்க்கிறோம்.

கவனிக்க வேண்டிய ஒரு விஷயம், இப்படி சிறைவாசம் செய் பவர்களின் அடிப்படை மனிதஉரிமைகள் உறுதி செய்யப்படுகின்றன. இவர்கள் மீது வன்முறையோ அல்லது கொடுமைகளோ இழைக்கப் படுவதில்லை. இவர்கள் குறித்த தகவல்கள் பொதுவெளியிலும் அவ்வப்போது வந்த வண்ணம் இருக்கும். பொதுவாக, இன்றைய சிறைவாசிகளின் குறைந்த பட்ச நலனை உறுதிசெய்யும் நிர்வாக ரீதியான அமைப்புகள் மற்றும் அவர்களது சில உரிமைகளை உறுதி செய்ய மனித உரிமை அமைப்புகளும் உள்ளன.

ஏனோ, இந்த நிகழ்வுகளும் செய்திகளும், மக்களுக்காகவும் - தேச விடுதலைக்காகவும் சிறை சென்ற மாமனிதர்களைப் பற்றிய நினைவுகளையும், அவர்கள் பட்ட துயரங்களையும் நம் மனத்தில் எழுப்புகின்றன.

ஒரு நாட்டின் விடுதலைக்காக அல்லது ஒரு சித்தாந்தந்துக்காக சிறைப்பட்டவர்கள் அடைந்த இன்னல்கள் ஏராளமாக உள்ளன.

இந்திய மற்றும் தென் ஆப்பிரிக்க விடுதலை வீரர்கள் பலரும் அநேகமாக ஒரே மாதிரியான துன்பங்களை அனுபவித்திருக்கிறார்கள். அரசு, இத்தலைவர்களைக் கைது செய்வதன் நோக்கம், 'இவர்கள் மக்களை ஒன்றிணைத்துப் போராட்டத்தில் ஈடுபடுத்தக் கூடாது' என்பது மட்டுமல்ல... மாறாக, அத்தலைவர்களை ஓரளவு உடல் ரீதியாகவும், பெருமளவு மனரீதியாகவும் முடக்கிப் பலவீனப்படுத்த வேண்டும் என்பதுமாகும்.

அடிப்படை வசதிகள்கூட இல்லாத, இருண்ட-போதுமான காற்றோட்டமற்ற அறை ; தரக்குறைவான உணவு, கடிகாரம், காலண்டர், ரேடியோ, செய்தித்தாள்கள், வாசிக்கப் புத்தகங்கள், பிறரோடு பேசும் வாய்ப்பு அனைத்தும் மறுக்கப்பட்டு, இயந்திரகதி வாழ்க்கையில், காலம் குறித்த பிரக்ஞையைக்கூட பலர் இழந்துவிடுவர்.

பலருக்கு எவருடனும் பேச முடியாத தனிமைச் சிறைக் கொடுமை. மேலும், அத்தலைவர்கள் சார்ந்திருக்கும் இயக்கங்களைப் பற்றியும் குடும்பத்தினர் பற்றியும், சிறைக்குள் பொய்யான தகவல்களைப் பரப்பிவிட்டு, அவர்களுக்கு மன உளைச்சல் ஏற்படுத்துவர்.

நாட்டின் விடுதலைக்காக சிறை சென்றவர்களுக்கு, அவர்களது பெருமை அறியாத சிறை அதிகாரிகள் இழைக்கும் அவமானங்கள் ஏராளம். ஒரு நாட்டின் அல்லது இனத்தின் விடுதலையைத் தேடும் - லட்சக்கணக்கான மக்களின் நம்பிக்கையைப் பெற்ற தலைவர்கள்கூட, கிரிமினல் குற்றவாளிகளுடன் அடைத்து வைக்கப்பட்டு, அவர்களைப் போலவே நடத்தப்பட்ட கொடுமைகள் உண்டு.

தமிழகத்தில் சுதந்திரப் போராட்ட வீரர் சுப்ரமணிய சிவா, ராஜயோகம் பயின்றவர்; உடல் உறுதி வாய்ந்தவர், ஆயினும் ஒரு துறவிபோல வாழ்ந்தவர்; வ.உ.சிதம்பரம் பிள்ளைக்குத் துணை நின்ற பெரும் வீரர். இவர் மீது, வழக்குப் பதிவு செய்து பத்து ஆண்டுகள் கடுங்காவல் சிறைவாசம் வழங்கினர். மேல்முறையீட்டில் அது ஆறு வருடங்களாகக் குறைக்கப்பட்டது.

அவர் சிறையில் அனுபவித்த இன்னல்களை அவரது வார்த்தை களிலேயே சொல்வதென்றால், ''மெத்தை தலையணைகளுக்குப் பருத்தியை வில்பிடித்துப் பஞ்சாக அடிப்பதுபோல், கத்தைக் கத்தையாக, சுண்ணாம்பில் தோய்த்துக் காய்ந்து வரும் கம்பளி ரோமத்தை வில் பிடித்து அடித்துச் சன்னமாக்க வேண்டிய தொழிலில் என்னை ஈடுபடுத்தினார்கள். இந்த வேலை, எத்தகைய சரீரக் கட்டுடையவனின் ஆரோக்கியத்தையும் பாதிக்க வல்லது. எனக்கு இடையறாத இருமல் துவங்கியது. என்னை இப்போது பிடித்துள்ள வியாதி அங்குதான் துவங்கியது'' என்கிறார்.

பெருஞ்செல்வர், வழக்கறிஞர், தமிழறிஞர், ஆங்கிலேயருக்குப் போட்டியாக கப்பலோட்டும் அளவுக்குத் திறமையும் துணிவும் செல்வமும் கொண்ட தேச பக்தர், வ.உ.சி அவர்கள் ராஜதுவேஷ வழக்கில் இரட்டை ஆயுள்தண்டனை விதிக்கப்பட்டவர். கடும்தண்டனை என்ற பெயரில், செக்கு இழுப்பது உள்ளிட்ட கடும்பணிகளில் ஈடுபடுத்தப்பட்டு அவரது உடல் நலிவுற்றது.

தென் ஆப்பிரிக்கக் கருப்பு இன மக்களின் உரிமைக்காகப் போராடிய நெல்சன் மண்டேலா, இருபத்து ஏழு ஆண்டுகளைச் சிறையில் கழித்தார். பல வருடங்களை, 'பேய்களின் தீவு' எனப்பட்ட ரோபன் தீவுச்சிறையில் கழித்தார். சிறையில் மண்டேலா இருக்கும்போது மறைந்த அவரது தாய் மற்றும் மகன் ஆகியோரின் இறுதிச் சடங்குகளில் கலந்துகொள்ள அனுமதி மறுக்கப்பட்டது. அவர் சிறைக்குச் செல்லும்போது, அவரது மகளுக்கு வயது மூன்று; அடுத்தமுறை அவளைப் பார்க்கும்போது அவளுக்கு வயது பதினைந்து.

இவ்வளவு கொடுமைகளுக்குப் பின்னரும், அவர் பெருந்தன்மை யுடன் சொன்னார்: ''சிறைக்கூடத்தில், நம்மிடம் அதிகாரிகள் காட்டும் அணுகுமுறை என்பது, நாம் அவர்கள் மீது காட்டும் மனப்போக்கினை ஒட்டியே அமையும்...'' *("in prison the behavior of the warders was determined by the prisoners' attitude towards them.")*

ஆனால், இவை இன்றைக்கு நம் நாட்டில் வித்தியாசமான பொருள் தரும் வரிகளாக இருப்பது ஒரு நகைமுரண்!

அரசின் இத்தகைய தண்டனைகளும் செயல்பாடுகளும், லட்சியவாதிகளின் நம்பிக்கையையும் - மன உறுதியையும் உடைத்து நொறுக்கும் நோக்கத்துடனே செயல்பட்டன. இந்தச் சூழலில், தமது அரசியல் நோக்கம் - கொள்கைப் பிடிப்பு முதலியவற்றை, இழக்காமல் தக்க வைத்துக்கொள்வதே, இவர்களது முன் இருந்த மாபெரும் சவால்.

போராட்டத்தையே வாழ்க்கையாக மாற்றிக்கொண்டு சிறை சென்ற பலரின் வாழ்க்கை - சிறையிலும் பெரும் போராட்டமாகவே திகழ்ந்தது; அவர்களுள் பலர் வெளிவரும் போது நடைப் பிணமாகவே வந்தனர்; வேறு சிலர், சிறைவாசத்தால் கொள்கை உரமேறி, புடம் போட்ட தங்கமாக வெளிவந்தனர்; வேறு சிலரோ வெளிவரவே இல்லை!

ஆயினும், இத்தகைய இன்னல்களைத் தாங்கிய, தனக்கென வாழாப் பிறர்க்குரியவர்கள் என்றென்றும் நம் மனச்சிறையில் வாழ்பவர்கள்!

அவர்கள் பட்ட துயரங்களையும், செய்த தியாகங்களையும் நினைவு கூறுவதையே அவர்களுக்கு நாம் செலுத்தும் நன்றியாக - அஞ்சலியாகக் கருதலாம்.

- தினமணி: 19.04.2018.

15
தலையாட்டி பொம்மைகள்

அலுவலகங்களில் சிலர், தமது வேலையினை திருத்தமாகச் செய்வர். தானுண்டு - தம் வேலையுண்டு என்றிருப்பர். பிறர் பற்றிப் பேசாது - குறை கூறாது இருப்பர்; குறிப்பாக, அவர்களது மேலாளருக்கு கூழைக்கும்பிடு போடமாட்டார். ஆனால், அவர்களுக்கு நல்ல பெயர் கிடைக்காது.

ஆனால் வேறு சிலர், வேலை செய்வது இல்லையெனினும், தங்களது மேலதிகாரியின் மீது எப்போதும் ஒரு கண் வைத்திருப்பார்கள் - அவர்கள் தேவையை அறிந்து பூர்த்தி செய்வர் - குறிப்பாக, அவர்களை புகழ்ந்து பேசுவதை ஒரு கலையாகப் பயின்று, அவர்களை மயக்கி வைத்திருப்பார்கள்.

இன்னும் சிலர், மேலதிகாரிகள் சொல்வதற்கெல்லாம் சரி என்று தலை ஆட்டுவார்கள்... ஆமாம் போடுவார்கள்.

இப்படிப்பட்டவர்களுக்கும், சில மேலதிகாரியிடம் நல்ல பெயர் கிடைக்கும், அவர்களின் நம்பிக்கைக்குப் பாத்திரமாகி நல்லெண்ணத்தைச் சம்பாதிப்பார்கள், பதவி உயர்வு - சலுகைகள் - ஊதிய உயர்வு- சுலபமான வேலை இன்னும் பல வித சலுகைகளைப் பெறுவர்.

இந்தச் சுயநலமிகள், முகஸ்துதி செய்யும் துதிபாடிகள் - ஆமாம்சாமிகள் எனப்படுவர். சில இடங்களில், இந்தத் துதிபாடல் விஸ்வரூபம் எடுக்கும்.

ஓர் 'அடிவருடி' பலன் பெறுவதைப் பார்த்து இன்னொருவர் - அதனைப் பார்த்து இன்னொருவர்... என, பொய் புகழுரை கூறுவோர் கூட்டமும் அதிகரிக்கும்; துதிபாடுவோர் கூட்டம் பெருகி திறமைசாலிகள் வலுவிழக்கும் சூழல் ஏற்படும்.

அதன் விளைவு, ஒருவரை ஒருவர் விஞ்ச எத்தனிப்பர்; இத்தகைய முகஸ்துதி செய்யும் ஆமாம்சாமிக்கூட்டம், விளைச்சல் நிலத்தில், நல்ல பயிருக்குள் இருக்கும் களையைப் போன்றது.

ஒரு நிறுவனத்தில் மலிந்து கிடக்கும் துதிபாடிகள் - ஆமாம்சாமிகள் *(sycophants and yes men)* ஏற்படுத்தும் அடிவருடித்தனம் என்பது நிர்வாகத்துக்கு மோசமான விளைவுகளை ஏற்படுத்தும்.

ஒரு சிலர் பலன் பெறுவர். பலர் பாரபட்சமாக நடத்தப்படுவர்; வேலைக்கும் திறமைக்கும் பலன் என்பது இன்றி, மேலதிகாரியைச் சுற்றியிருக்கும் கூட்டம் பலன்பெறும்; பல ஊழியர்களுக்குப் பெரும் வெறுப்பு தோன்றவும், மனத்தளர்ச்சி தோன்றவும் காரணமாக அமையும். திறமைசாலிகள் பிற நிறுவனங்களில் வேலை தேடும் நிலையை ஏற்படுத்தும்.

சிறிய அலுவலகங்கள் மற்றும் நிறுவனங்கள் மட்டுமின்றி - பெரிய நிறுவனங்கள், பன்னாட்டு நிறுவனங்கள்கூட இத்தகைய பிரச்னைகளைச் சந்திப்பதுண்டு. ஆனால், அவர்கள் இந்தப் பிரச்னைகளே தலையெடுக்காத வண்ணம் சரியான முறையில் அணுகுவார்கள் அல்லது இத்தகைய களைகளைக் களைந்துவிடுவர்.

அந்நிறுவனங்கள், பொறுப்பான பதவிகளுக்கான நபர்களைத் தேர்வு செய்யும்போதே துதிபாடுதலும் - ஆமாம்சாமி போடுதலும் தங்கள் நிறுவனத்தில் அங்கீகரிக்கப்படுவதில்லை என்பதனைத் தெளிவுபடுத்திவிடுவார்கள்.

உதாரணமாக, புதிதாக வேலைக்கு நேர்முகம் மற்றும் எழுத்துத் தேர்வுகள் நடத்தும்போது, அந்த விண்ணப்பதாரர்களின் மனப்பாங்கு மற்றும் அணுகுமுறை *(attitude - approach)* ஆகியனவற்றை கண்டுபிடித்து வடிகட்டிவிடுவார்கள்.

மேலும், நிறுவனத்தில் தவறுகள் நிகழும்போது, அவற்றைச் செய்தவர்கள் அவர்களது மேல் அதிகாரியாக இருந்தால்கூட, சுட்டிக் காட்டத் தயங்காதவர்களா என்று தேர்வின்போது சோதிப்பதும் வழக்கம்.

இதன் மூலம், நிறுவனத்தில் திறமைக்கு மட்டுமே மதிப்பு என்பதனை தெளிவுபடுத்திவிடுவார்கள்.

ஒரு பிரபல இந்திய நிறுவனம், தனது விளம்பரத்தில், ''தங்கள் உயர் அதிகாரியிடம் 'முடியாது' என்று சொல்லக்கூடிய துணிவு மிக்கவர்கள்

மட்டுமே எங்கள் நிறுவனத்துக்குத் தேவை!'' (we need people who can say NO to their boss) என்று குறிப்பிட்டிருந்தது, கவனிக்கத் தக்கது.

சில பன்னாட்டு நிறுவனங்களில், பலரும் பங்குபெறும் கூட்டங்களிலும் (Townhall Meetings), கருத்து பரிமாற்றங்களிலும், விளக்கம் கேட்பது - எதிர்கேள்விகள்- மாற்றுக் கருத்துகளைத் தெரிவிப்பது (challenging) என்பவை ஊக்குவிக்கப்படும்.

அது அந்த நிறுவனத்தின் கலாசாரமாக இருப்பது தெரியவரும்; அதனால், வயதிலும் அனுபவத்திலும் குறைந்தவர்கள்கூட தமது மாற்றுக் கருத்துக்களை துணிந்து வெளியிடுவர் - கேள்விகள் கேட்பர்; மூத்த நிர்வாகிகள் அந்த எதிர்க்கேள்விகளில் நியாயம் இருந்தால் அதனை ஏற்றுக்கொள்வர் - இல்லாதுபோனால் அதற்குரிய விளக்கம் கொடுத்து மறுத்துவிடுவர்; வெறுக்க மாட்டார்கள்.

இதன் மூலம் ஆரோக்யமான கருத்து பரிமாற்றத்துக்கான சூழலை ஏற்படுத்துவார்கள். (ஏதேனும் ஒரு அரசியல் கட்சியின் பொதுக் குழுவில் இப்படி ஓர் உறுப்பினர் கேள்வி கேட்பதையோ, அதற்குத் தலைவர்கள் பதில் கூறுவதையோ நினைத்துப் பார்க்க முடியுமா?)

ஆக, சிறந்த தொழில்முறை ரீதியான நிறுவனங்கள், இத்தகைய அடிவருடித்தனத்தை கட்டுப்படுத்த- துதிபாடிகளையும் ஆமாம்சாமி களையும் தொலைதூரத்தில் வைக்க - தங்களது செயல்முறை அமைப்புகளில் போதுமான தடை மற்றும் கட்டுப்பாடுகளை (Checks and balances). ஏற்படுத்திக்கொள்கின்றன.

இன்னொரு புறம், இத்தகைய முகஸ்துதி செய்வோரையும் ஆமாம்சாமிகளையும் அவர்களது அடிவருடித்தனத்தையும் ஊக்கப் படுத்துவது என்பது எத்தகைய விளைவுகளை ஏற்படுத்தும் என்பதனையும் பார்ப்போம்;

உதாரணமாக, ஒரு காரியம் எப்படி செய்யப்படுகிறது என்பதற்கு மாறாக, யார் செய்தார் என்று கவனிக்கப்பட்டு அந்த அடிப்படையில் முடிவெடுக்கப்படும்.

அதேபோல, ஒரு ஆலோசனை எப்படிப்பட்டது என்பதற்கு மாறாக அதனை யார் வழங்கினார்கள் என்பது முன்னிறுத்தப்படும்.

நிர்வாகத் தலைவரைச் சுற்றி ஒரு திரை உருவாகும். அதனைத் தாண்டி நுழைவது என்பது எளிதாக இருக்காது. அங்கு குறைந்த பட்ச தகுதியே துதிபாடுதல் என்ற அவல நிலை ஏற்படும்.

தவிரவும் அந்தத் தலைவர்களுக்குச் சரியான, மெய்யான செய்திகள் கூட சென்று சேராது. அதற்கு மாறாக, அவர் விரும்பும் அல்லது மகிழும் செய்திகள் மட்டுமே சென்று சேரும் நிலை தோன்றும். அத்தகைய நிலை அவர்கள் தவறான முடிவுகளை எடுக்க வைக்கும்.

('நெருக்கடி நிலையின்போது, அன்றைய பிரதமரை மகிழச் செய்யும் செய்திகள் மட்டுமே அவருக்குச் சென்றடைந்தன; ஏனைய செய்திகள் தவிர்க்கப்பட்டன' என சொல்லப்படுவதுண்டு)

இந்தத் தலைவர்களது போக்கில் 'தமது காரியங்கள் எதுவும் தவறாக அமையாது- தாம் சொல்லுவது செய்வது எல்லாமே சரியானவை' என்ற ஒரு எண்ணம் இவர்களைக் கட்டிப்போட்டுவிடும்.

மேலும், இவர்களது நிறுவனத்தில் திறமையை விட, அடிவருடித்தனம் முக்கியத் தகுதியாகக் கருதப்படும்; முடிவில் இது நிறுவனத்தைச் சரிவுக்கு இட்டுச் செல்லும்.

இத்தகைய முகஸ்துதி செய்வோர், ஆமாம்சாமிகள், மதஸ்தாபனங்கள், சமூக அமைப்புகள், அரசியல் கட்சிகள், தொண்டு நிறுவனங்கள், ஏன் நம்மைச் சுற்றியுள்ள குடும்பங்களில்கூட இருப்பதனைக் காணலாம்.

பெரு நிறுவனங்கள், ஆமாம்சாமிகள் மற்றும் முகஸ்துதி செய்வோர் ஏற்படுத்தும் பிரச்னைகளை தவிர்க்கவும் - ஒருவேளை அத்தகைய களை வளர்ந்தால் களையெடுக்கவும் வழிவகை செய்யும்போது, அரசியலிலோ பெரும்பாலான கட்சிகள், முனைந்து இவற்றை ஊக்குவிப்பதை நாம் வருத்தத்தோடுக் காண நேருகிறது.

அங்கு, புகழ்ந்துரைத்தல் - துதிபாடுதல் முக்கியமாகி, துதி பாடாதவர்கள் தலைமையின் நல்லெண்ணத்தைப் பெற முடியாத நிலையினைக் காணலாம்.

பல கட்சிகளில் துதிபாடிகள் - அடிவருடிகள் மட்டுமே பட்டம் - பதவி - சலுகைகள் பெறுவார்கள்.

இந்த ஆமாம்சாமிகளும் துதிபாடிகளும் தாமே தம்மை தாழ்த்திக் கொள்பவர்கள். சிறு பலன்களுக்காகத் தங்களது சுய கௌரவத்தை இழப்பவர்கள்.

இத்தகைய துதிபாடல்களுக்கு, இவர்கள் விரும்பிய பலன் கிடைக்கும். அதுவே இவர்களது பழக்கமாக மாறுகிறது. சில கட்சிகளில் தலைமை இதனை ஊக்குவிக்கும்போது இது கலாசாரமாக மாறும் அபாயம் ஏற்படுகிறது. தனிமனித வழிபாடு முழுமை பெறுகிறது.

இத்தகையோர் நிறைந்திருக்கும் கட்சிகளில், தவறுகளை, குற்றம் குறைகளைச் சுட்டிக் காட்டுவது என்பது, அவர்களது தலைமையை குறை கூறுவதாக கருதப்படும்.

தலைவர்கள் புகழுக்கும் - வழிபாட்டுக்கும் மயங்கும்போது, சிலகாலம் கழித்து அவர்கள் 'சுயநலமிகளுக்கு மட்டுமே' தலைவராக இருக்க முடியும். இதன் காரணமாக, அவர்களது முடிவுகள் - செயல்கள் போன்றவை பெரும்பாலும் தவறாகவே அமையும்.

அரசியல் கட்சிகள் என வரும்போது, இது குறித்து, வெற்றியை இழந்த கட்சியினர் அதிகம் சிந்திக்க வேண்டும். தோல்விக்கான காரணங்களைக் கண்டறியாது, அந்தச் சூழலில்கூட தலைமையின் மனத்தை குளிர்விக்க துதிபாடுவோர், உண்மையில் மாற்றார்களை விட அதிக தீங்கு விளைவிப்பவர்கள்.

ஆம், ஆபத்து நிறைந்தவர்கள்... ஆமாம்சாமிகளும் துதிபாடிகளும்!!

இந்த இடத்தில், டாக்டர் அம்பேத்கர், அரசியல்சட்ட நிர்ணய சபையில் பேசியதை நினைப்பது பொருத்தமாக இருக்கும்:

"இந்திய அரசியலில் தனிமனித வழிபாடு என்பது உலகில் வேறு எங்கும் இல்லாத அளவுக்கு இருக்கிறது; சமயத்துறையில் பக்தி என்பது, பக்தர்களின் உய்வுக்குக் காரணமாக அமையக்கூடும் - ஆனால் அரசியலில் பக்தி என்பது, சரிவுக்கும் சர்வாதிகாரத்துக்கும் வழி வகுக்கும்" என்றார்.

அவரது வார்த்தைகள் இன்றைக்கும், பெரும்பாலான அரசியல் கட்சிகளுக்குப் பொருந்துவது பெரும் வியப்பளிக்கிறது!

- தினமணி: 01.09.2016)

16
இயற்கையும் இணக்கமான வாழ்வும்

இந்தியா, உலகின் நிலப்பரப்பில் இரண்டரை சதவீதமும், மக்கள் தொகையில் இருபது சதவீதமும், 45000 தாவர வகைகளையும், 9000 வகை உயிரினங்களையும் தன்னகத்தே கொண்ட சூழல் சார்ந்த palluyir soozhal - (bio - diversity) - அமைந்த நாடாகும்.

இந்தத் தாவரங்கள் - உயிரினங்களின் சிறப்பே, அவை ஒன்றினை ஒன்று சார்ந்து இயங்கி வருவதும், மண்ணையும் சுற்றுப்புறத்தையும் காப்பாற்றுவதும்தான். அது மட்டுமல்ல, அது மனிதகுலத்தையும் தாங்கிப் பிடிக்கிறது.

ஒரு காட்டின், எதோ ஒரு பகுதியில் ஏற்படும் தாவர அழிவு அல்லது விலங்குகள் அழித்தொழிக்கப்படுதல் என்பது, அக்காட்டின் பிற பகுதிகளிலும் சில தாக்கங்களை ஏற்படுத்துகிறது.

அதுபோல பூமியின் ஒரு மூலையில் ஏற்படும் நிகழ்வின் தாக்கம், பல்வேறு பகுதிகளுக்கும் வெவ்வேறு விதமாக சென்றடையும். உலகின் ஒரு மூலையில் ஒரு வண்ணத்துப் பூச்சி ஏற்படுத்தும் சிறு சலனம்கூட பூமியின் இன்னொரு பக்கத்தில் பெரும் தாக்கத்தை ஏற்படுத்தும் வாய்ப்புள்ளது; இதனை butterfly effect என்பர்.

இயற்கையின் பல்வேறு வகைத் தாவரங்களும், விலங்குகளும் இயைபோடு இயங்குவத்தைத்தான் 'உயிரியல்பன்மை' என்கின்றனர். இந்த உயிரியல் பன்மைத்துவம் பாதுகாக்கப் படவேண்டும்.

இந்த இயைபு சிதைவுறும்போது, ஒன்றினை ஒன்று சார்ந்திருக்கும் பல விலங்கினங்களும், தாவர வகைகளும் அழிவினை எதிர்நோக்கும்.

இந்த அழிவு, இயற்கை தன மீது தானே ஏற்படுத்திக்கொள்ளும் ஒன்றல்ல. மாறாக, மனிதன் இயற்கையின் மீது ஏற்படுத்தும் காயங்களாம்.

கலாச்சார பன்முகத்தன்மை என்பது சமூக - பொருளாதார வளர்ச்சிக்கு ஆதாரமாக இருக்கும்.

இது குறித்த ஆழமான புரிதல் மக்களிடையே, பகிர்ந்து கொள்ளும் மனோபாவம், பிறரது திறமையை, தனித்தன்மையை மதிக்கும் பேருணர்வு, ஆக்கப்பூர்வமான படைப்பாற்றல், நல்லெண்ணம் போன்றவற்றை வளர்த்தெடுக்கும், என்று மனித வள மேம்பாட்டு துறையினரும் - விற்பன்னர்களும் கூறுகின்றனர்.

அமெரிக்கா அடைந்திருக்கும் பெரும் பொருளாதார வெற்றிக்கான பல காரணங்களில் ஒன்றாக, இந்த பன்முகத்தன்மையும்,பல நாட்டினர், மொழியினர்,மதத்தினர், இனத்தவர் அங்கு இணக்கமாக வாழ்வதும் ஒன்று என அவர்கள் கூறுகின்றனர்.

இத்தகைய பின்னணியில், பொருளாதார வளர்ச்சி மற்றும் உலகமயமாதல் ஏற்படுத்தும் தாக்கங்களையும் கவனிக்க வேண்டியதும் அவசியம்.

உலகின் ஒரு பகுதியில் வாழும் மக்களிடம் ஏற்படும் உரசல் - பிரிவு ஒற்றுமையின்மையின் பாதிப்பு, ஏனைய பகுதிகளை பாதிக்கும் அளவுக்கு உலகம் இன்று சுருங்கியிருக்கிறது.

தொழில் - பொருளாதார வளர்ச்சி, உலகமயம் என்பன ஒருநாட்டின் சுற்றுப்புற சூழலை மட்டுமல்ல, அம்மக்களின் முக்கிய அடையாளங்களான மொழி பண்பாடு கலாச்சாரம் மீதும் ஓரளவு பிற நாட்டு தாக்கம் ஏற்படுத்தும்.

பல நாடுகள் இத்தகைய பிரச்சினையை சந்திக்கின்றன. அப்படி நிகழும்போது,அத்தாக்கத்தின் பாதிப்பைக் குறைக்க ஒவ்வொரு மொழியினரும் - குழுவினரும் முயற்சி மேற்கொள்ளுவர்.

ஆனால், சில நாடுகளில் பெரும்பான்மையினர், தமது மொழியினை - கலாச்சாரத்தை காப்பதாக - வளர்ப்பதாக எண்ணிக் கொண்டு, தங்கள் நாட்டிலேயே வசிக்கும் சிறுபான்மையினரது கலாச்சாரம் - மொழி ஆகியனவற்றை பாதிப்புக்கு உள்ளாக்குதல் போன்ற செயல்களில் ஈடுபடுவர் .

இது விரும்பத்தகாத, வேறு விளைவுகளை ஏற்படுத்திவிடும்.

நாம் மொழியினை மட்டும் பிரதானமாக எடுத்துக்கொண்டு சில விஷயங்களைப் பார்ப்போம்:

தங்களது தாய்மொழியினை வளர்க்க முயற்சி செய்பவர்கள், அம்மொழியினை தாய்மொழியாகக் கொண்டவர்களை, அம்மொழியினை ஆழமாகப் படிக்கச் செய்ய வேண்டும்.

மாறாக, தங்களது ஆளுமைக்கு உட்பட்ட பிற மொழியினர் மீது, தங்களது மொழியினை வலுக்கட்டாயமாக கற்க வற்புறுத்துவது, அம்மொழியினை வளர்த்தெடுக்க உதவாது. மாறாக, அம்மக்களிடையே மனத்தாங்கலையும் - நம்பிக்கையின்மையையும் - வெறுப்பையும் வளர்க்கும்; இது தவிர்க்க வேண்டிய ஒன்று.

நம் தமிழ்நாட்டு, களநிலவரத்தையே சற்று நிதர்சனமாகப் பார்ப்போம் :

பல சாதிய சமூக அமைப்புகளை உள்ளடக்கிய தமிழ்நாட்டில், தமிழ் மொழியே ஒரு பெரும் பிணைப்பு சக்தியாக விளங்குகிறது; மொழி வலுப்பெறும்போது, பிணைப்பும் வலுப்பெறுகிறது; இம்மொழி பலவீனப்படும்போது, இங்குள்ள கட்டமைப்பு தளரும் அபாயம் உள்ளது.

40, 50 ஆண்டுகளுக்கு முன்னர், இந்தி, வங்காளம், பீகாரி என பல்வேறு மொழி பேசுபவர்கள் தமிழகத்துக்குச் சுற்றுலாப்பயணிகளாக வருவதைத்தான் பார்த்திருக்கிறோம்.

ஆனால், இன்று வளர்ச்சி காரணமாக, பல்வேறு மாநிலத்தவர், பல்வேறு மொழி பேசுவோர் தமிழகத்தின் பிரதான நகரங்களில் பணி புரிகின்றனர். அதேபோல, தமிழர்கள் பல வெளி மாநிலங்களுக்கும், நாடுகளுக்கும் சென்று பணிபுரிகின்றனர்.

இங்கு வந்தும் - இங்கிருந்து வெளியில் சென்றும் பணி புரிபவர்களுக்கும், மொழி ஒரு பெரும் பிரச்னையாக - தாண்டமுடியாத தடையாகத் தெரிவதில்லை; மாறாக, வெகு எளிதில் ஆர்வத்தோடு கற்று - நட்புணர்வோடு வசிக்கிறார்கள்.

வளர்ச்சியும் உலகமயமாதலும், பல்வேறு மொழி பேசும் மக்களிடையே நெருக்கத்தையும் பிணைப்பையும்கூட ஏற்படுத்துகிறது என்பதும் உண்மை.

பல்வேறு இன மத மொழியினர் தாமாகவே நெருங்கி வருகின்றனர். இங்கு, இது வெகு இயல்பாக எந்த அழுத்தமும் இன்றி நிகழ்ந்து, ஒரு இணக்கமான நிலையை எட்டியிருக்கிறது என்பது மிகமிக முக்கிய அம்சமாகும்.

இது தொடர எல்லாத் தரப்பிலும் முயற்சிகள் மேற்கொள்ள வேண்டும்.

இத்தகைய இணக்கமான நிலை, எக்காரணம் கொண்டும் சிதையக் கூடாது; ஏனெனில் மொழி, கலாசாரம், பண்பாடு குறித்த வற்புறுத்தல் - அதிகார வரம்புமீறல் ஆகியன இத்தகைய நிலையை மாற்றக்கூடிய வல்லமை மிக்கது.

இந்தச் சூழலில், அரசுகளும் - அரசியல்வாதிகளும் செய்ய வேண்டியது எல்லாம் இதுதான்: அவர்களது தலையீட்டின் காரணமாக, இந்த இயல்பான - இணக்கமான தன்மையை மாற்றி - தேவையற்ற அச்ச உணர்வினையும் வெறுப்பினையும் வளர்த்துவிடக்கூடாது என்பதுவே ஆகும்.

- தினமணி: 02.06.2017.

17

அறிவியல் நோக்கும், ஆய்வு நோக்கும்!

நமது நாட்டின் முதல் பிரதமர் பண்டிதர் நேரு, அறிவியல் பால் கொண்ட ஈடுபாடும் - இந்தியாவில் அறிவியல் வளர்ச்சிக்கு அவர் எடுத்துக்கொண்ட அக்கறையும் முயற்சியும் யாவரும் அறிந்ததே.

இந்திய அறிவியல் மற்றும் தொழில்துறை ஆராய்ச்சிக் கவுன்சில், இந்திய தேசிய வான்வெளி ஆய்வு கமிட்டி (இது ஐ.எஸ்.ஆர்.ஓ. என மாற்றப்பட்டது), பாபா அணு ஆராய்ச்சி நிலையம், அகில இந்திய மருத்துவக் கல்விக்கழகம், ஐ.ஐ.டி, மேலும் பல அறிவியல் ஆராய்ச்சி நிறுவனங்கள் ஆகியன அவர் காலத்தில் உருவாக்கப்பட்டன.

அறிவியல் சார்ந்த ஆராய்ச்சி தொழில்நுட்பம் என வளர்ச்சிக்கு வித்திடும் விஷயங்களை மட்டுமின்றி, மக்களது சிந்தைனையிலும் பொதுவாழ்க்கையிலும் *scientific temper* இருக்க வேண்டும் என விரும்பினார். (*scientific temper should become the character of Indians.)*

scientific temper என்பது - வெறும் அறிவியல் நோக்கு என்பதாக மட்டும் பொருள் கொள்ள முடியாது - அதையும் தாண்டி எல்லாவற்றையும் ஆய்வுக்கும் - கேள்விக்கும் உட்படுத்தும் திறம், ஆக்கபூர்வ சிந்தனை, நிர்தாட்சண்யப் பார்வை போன்றவற்றை உள்ளடக்கிய 'ஆய்வு நோக்கு' என்று மொழி பெயர்த்துச் சொல்லலாம்; ஆங்கில வார்த்தைக்கு மிக நெருக்கமான தமிழ்ச் சொல்லாகக் கொள்ளலாம்.

உலகில் நிகழ்ந்த - நிகழ்ந்துகொண்டிருக்கும் நல்ல மாற்றங்கள் அனைத்துக்கும் காரணமாக அமைவது இந்த அறிவு சார்ந்த ஆய்வு நோக்குதான்; இது வெறும் அறிவியல் தொடர்பான ஒன்று மட்டுமல்ல - கல்வெட்டு, செப்புச் சிலைகள், நாணயங்கள், இலக்கியம், இயற்கை, சரித்திரம், பொருளாதாரம், விவசாயம் என எல்லாவற்றோடும்கூட தொடர்புபடுத்த முடியும்.

நேரு சொன்னது போல, *scientific temper* - ஆய்வு குணம் என்பது நம் நாட்டின் *character* ஆக - பெருங்குணமாக மாற வேண்டும்.

அறிவியல் விஞ்ஞானிகள், அறிவுஜீவிகள், தலைவர்கள், ஊடகங்கள் என யாவருக்கும் இத்தகைய சூழலை உருவாக்கும் கடமை இருந்தாலும், முக்கிய பங்கு என்னவோ பள்ளிக்கூடம் - ஆசிரியர் - பெற்றோர் என இவர்களிடத்தில்தான் இருக்கிறது.

பள்ளிக்கு வெளியே அறிவு சார்ந்த விவாதங்களையும் - நிகழ்ச்சி களையும், அறிவுஜீவிகளையும் முன்னிறுத்துவதாலும், மூளையை மழுங்கடிக்கும் விஷயங்களை தவிர்ப்பதன் மூலமும், ஊடகங்கள் பெரும்பங்கு வகிக்க முடியும்.

இப்போது, வெகு காலத்துக்குப் பிறகு, நமது கல்வித்துறை நல்ல திட்டங்களை முன்னெடுத்துச் செல்லுகின்றது; பத்திரிகைகளும் - கல்வித்துறை சார்ந்தவர்களும் பாராட்டும் விதமாக செயல்படுகிறது;

ஆனால், இது மாணவர்கள் மக்களிடையே ஆய்வு நோக்கினை உருவாக்கப் போதுமானதாக இருக்கிறதா என்ற கேள்வியும் எழத்தான் செய்கிறது.

புதிய பள்ளிக்கூடங்கள் திறத்தல் - புது ஆசிரியர்கள் நியமனம் - பள்ளிகளுக்கு ஊக்கப் பரிசுகள் - நல்லாசிரியர்களை அடையாளம் கண்டு கௌரவப் படுத்தல் - கணினி வழியில் கல்வி - சிறார்கள் படிக்க அட்டைகள் - தனியார் பள்ளி ஆசிரியர்களுக்கும் பணியிடைப் பயிற்சி மாணவர்களுக்கு சிறப்புப் பயிற்சி - புத்தகக் கண்காட்சி - திறனறிவு - போட்டித் தேர்வுகளுக்குத் தயார் செய்யும் வகையில் முனைப்பு காட்டுவது - நூல் நிலையங்கள் - தனியார் நூலகங்களுக்கு பராமரிப்பு நிதி வழங்குவது - நடமாடும் நூல் நிலையங்கள் என்பன தொடர்பாக, நல்ல பல அறிவிப்புகள் இருப்பினும், *scientific temper* - ஆய்வு நோக்கினை வளர்க்கும் விதமாக திட்டங்கள் முன்னெடுத்துச் செல்லப் படவில்லை என்றே கூறலாம்.

இந்த அறிவிப்புகளில்கூட, பலவித போட்டித் தேர்வுகளுக்கு தயார் செய்யும் வகையில் முயற்சிகள் முக்கியப்படுத்தப்படுகின்றன.

இவை அவசியமானதாக இருப்பினும், அடிப்படை ரீதியாக, மாறுதல்கள் கொண்டு வரப்பப்பட வேண்டும் - குறிப்பாக கல்வித்திட்டம், *scientific temper* - அறிவியல் நோக்கு ஆராய்ச்சி நோக்கு கொண்டதாக அமைக்கப்பட வேண்டும்.

மாணவர்களிடையே ஆவல் மற்றும் எந்த ஒன்றையும் கேள்விக் குட்படுத்தும் மனப்பாங்கினை ஏற்படுத்துதல்; அவர்களிடையே சிந்திக்கும் திறமையையும் - தர்க்க அறிவையும் மேம்படுத்துதல்; இவற்றின் மூலமாக, மூட நம்பிக்கைகளில் இருந்து வெளிக்கொணருதல்; எந்த ஒன்றையும் திறந்த மனத்துடன் ஆய்ந்து நோக்கும் பண்பினை வளர்த்தல் போன்றவற்றில் கவனம் செலுத்த வேண்டும். இதன் விளைவாக, மனோதிடமும் மாணவர்களிடையே வளரும்.

ஆய்வு நோக்கு, நமது மாணவர்களுக்கும் மக்களுக்கும் பல நல்ல விஷயங்களைச் சொல்லித் தருவது மட்டுமல்ல, பலதவறான விஷயங்களை அகற்றவும் செய்கிறது.

குறிப்பாக, எந்த ஒரு விஷயத்தையும் திறந்த மனதுடன் - சார்பின்றி -நடு நிலையோடு அணுகவும் அலசவும் - ஆராயவும் முடிவெடுக்கும் மனோ நிலையை ஏற்படுத்தும்.

இவை போன்றவற்றை வளர்க்க வேண்டிய கல்வி அமைப்பு, நமது மாணவர்களின் மனப்பாடத் திறமையை சோதிப்பதாகவும், ஒரு கேள்விக்கு குறிப்பிட்ட பதில் மட்டுமே எழுத வேண்டிய பயிற்சியைத் தருவதாகவும்தான் அமைந்துள்ளது.

ஆசிரியர்கள் பலர் காலக்கெடுவுக்குள் பாடத்திட்டத்தை முடிப் பதையே நோக்கமாகக் கருதும் சூழல், கணிதம்கூட மனப்பாடம் செய்யப்படும் அளவில்தான் நமது மதிப்பெண் சார்ந்த கல்வி முறை இருக்கிறது என்பதே உண்மை.

மேலும், தேர்வு சார்ந்த கல்வித் திட்டம், மாணவர்களிடையே அறிவியல் - தர்க்கம் - குறித்த ஆவலை அதிகப்படுத்திடுவதில்லை; ஆராய்ச்சிக்கூடங்கள்கூட மதிப்பெண்களை முன்னிறுத்துகின்றன.

தேர்ச்சிமுறையோ மாணவர்களை மனப்பாடத்தை நோக்கியே விரட்டுகிறது; அவர்களது கேள்வி கேட்கும் திறமையை மழுங்க அடிக்கிறது.

இத்தகைய சூழலுக்குப் பொருந்திவிட்ட பெற்றோர் ஆசிரியர் - மாணவர்களை வேறு திசைக்கு இட்டுச் செல்லுதல் பெரும் சவாலாகவே அமையும்; ஆனால், அரசு முயற்சித்தால் அது இயலாத ஒன்று அல்ல; தொழில்துறையில், பெரு நிறுவனங்கள் "corporate social responsibility" என்று, தமது சமூக அக்கறையையும் பொறுப்பையும் செயல்படுத்தும் விதமாக, தங்களது, ஆண்டு செலவினத் திட்டங்களில், ஏதேனும் சில சமூக நலம் சார்ந்த திட்டங்களை செயல்படுத்தும்.

அந்த முன்மாதிரியில், அரசு, தனியார் கல்லூரிகளின் பங்களிப்பை கட்டாயப்படுத்தலாம்; கல்வித்துறையில், நல்ல லாபம் ஈட்டும் தனியார் கல்லூரிகள், தங்களது நாற்றங்காலான பள்ளிக்கூடங்களை செம்மைப்படுத்துதல் போன்றவற்றில் ஈடுபடவேண்டும்.

உதாரணமாக, ஒவ்வொரு வசதி மிக்க கல்லூரியும், சில மாவட்டங்களைத் தேர்ந்தெடுத்து, அங்குள்ள பள்ளிகளிலும், பொதுவெளிகளிலும், அறிவியல் மற்றும் சமூகம் சார்ந்த கருத்தரங்கங்கள், வினாவிடை, பேச்சு, கட்டுரைப் போட்டிகள் போன்றவற்றைத் தொடர்ந்து நடத்தலாம். ஒரு சில மாணவர் சேர்க்கையில் கிடைக்கும் பணம் ஒதுக்கப்பட்டால்கூட, இதனை அவர்கள் சாதிக்க முடியும்.

பள்ளிக்கூடங்களிலும் பல்வேறு பிரிவுகளுக்கு மன்றங்கள் (maths/science/history clubs/arts club) ஏற்படுத்தி, மாணவர்களின் திறன் கூட்டலாம்; அறிவியல் வல்லுநர்கள், அவர்களது ஆராய்ச்சி முயற்சிகள், கண்டுபிடிப்புகள் குறித்தும் மாணவர்கள் தெரிந்துகொள்ள வசதி செய்து தர முடியும்.

இவை போன்ற நடவடிக்கைகள், மக்களின் - குறிப்பாக மாணவர்களின் - ஆய்வு மற்றும் சிந்தனைத் திறன் உயரவும், நாட்டின் வளம் பெருகவும் நிச்சயம் உதவும்.

- தினமணி: 27.06.2017.

18
மொழிகளின் எதிர்நீச்சல்

இந்தியா - பாகிஸ்தான் பிரிவினையின்போது, கிழக்கு பாகிஸ்தான் பெருமளவில் வங்காளமொழியைத் தாய்மொழியாகக் கொண்டவர்களால் நிறைந்திருந்தது. ஆயினும், மேற்கு பாகிஸ்தான், 1948ல், உருதுமொழியை தேசிய மற்றும் ஆட்சி மொழியாக அறிவித்தது. இந்த அறிவிப்பு, கிழக்கு பாகிஸ்தானில் பெரும்பாலான மக்களால் ஏற்றுக்கொள்ளப்படவில்லை; இந்தத் திணிப்பை எதிர்த்து டாக்கா பல்கலைகழக மாணவர்கள் 1952ல் கிளர்ச்சியில் ஈடுபட்டபோது, அரசு துப்பாக்கிச்சூடு நடத்தியது. அதில், 21.02.1952 அன்று நான்கு பல்கலைக் கழக மாணவர்கள் உயிர் இழந்தனர். இதனைத் தொடர்ந்து 1956ல், மக்களின் எதிர்ப்புக்குப் பணிந்து பாகிஸ்தான் அரசு, 'உருது மட்டும்' என்ற நிலையை திரும்பப் பெற்று, வங்காள மொழிக்கும் சம உரிமை அளித்தது.

கிழக்கு பாகிஸ்தானிய மாணவர்கள் தாய்மொழிக்காகப் போராடிய இந்த நிகழ்வை முன்னிறுத்தி, 1999ம் ஆண்டு, ஐக்கிய நாடுகளின் அமைப்பான யுனெஸ்கோ, பிப்ரவரி மாதம் 21ம் தேதியை, உலக நாடுகளின் 'தாய்மொழி' தினமாக அறிவித்தது. அதன் பின்னர், ஒவ்வொரு ஆண்டும், 'தாய்மொழி தினம்' உலக நாடுகளால் அனுசரிக்கப்பட்டு வருகிறது.

மொழிகளின் வளர்ச்சிக்கு உதவுவது, கல்வியில் எல்லா நிலைகளிலும் தாய்மொழி பயன்பாடு இருக்க முனைவது, மக்கள் தங்கள் தாய்மொழி உள்ளிட்ட, ஒன்றுக்கு மேற்பட்ட மொழிகளைக் கற்க உதவுதல், மற்றும் கணினித்துறையில் அம்மொழிகளை பயன்பாட்டுக்குக் கொண்டுவருதல் என்ற முக்கிய அம்சங்களை உள்ளிட்ட திட்டங்களை ஒவ்வொரு நாட்டினரும் வகுத்துச் செயலாற்ற 'யுனெஸ்கோ' உதவுகிறது.

இந்தத் தாய்மொழி தினத்தை, நாமும், மொழிகள் குறித்த நிலையினைப் பற்றிச் சிந்திப்பதற்கு ஒரு வாய்ப்பாகக் கருதலாம்.

மாறி வரும் சூழலுக்கு ஈடு கொடுக்க முடியாமல் சில மொழிகள் கால வெள்ளத்தில் அடித்துச் செல்லப்படுகின்றன. சில மொழிகள் எதிர் நீச்சல் போடுகின்றன.

உலகில் 97% மக்கள், உலகில் உள்ள மொழிகளில் வெறும் 4% மொழிகளையே பேசுகிறர்கள்; சுமார் 3% மக்களோ, 96% மொழிகளை பேசுகிறார்கள்; உலக நாடுகளில், ஒவ்வொரு ஆண்டும், பல மொழிகள் சிதைவினை எதிர்கொண்டும் சில மொழிகள் அழிவினை எதிர்கொண்டும் வருகின்றன. உலகில் உள்ள சுமார் 6000 மொழிகளில், பாதிக்கும் மேலான மொழிகள் அழிவினை எதிர்நோக்கியிருப்பதாக 'யுனெஸ்கோ' ஆய்வு அறிக்கை கூறுகிறது.

இந்த விவரம், உலக மொழிகளின் யதார்த்த நிலையை பிரதிபலிக்கிறது.

ஒரு மொழி என்பது, அம்மொழியினைப் பேசுபவர்கள் மீது தொடுக்கப்படும் போர்களாலோ, அல்லது அவர்கள் சந்திக்கும் பொருளாதார சீர்குலைவு அல்லது அரசியல் கலாசார மற்றும் கல்வியில் ஏற்படுத்தப்படும் நெருக்கடிகளாலோ, அழிவை எதிர்நோக்கும் வாய்ப்புகளை சந்திக்கிறது.

மேலும், ஆட்சியாளர்களால், ஒரு மொழி இன்னொரு மொழிமீது ஆதிக்கம் செலுத்தும் நிலை என்பதும் புதிது அல்ல.

இதற்கு உதாரணமாக, ஸ்பெயின் தேசத்தில் 'பாஸ்க்' (Basque), இன மக்களையும், அவர்களது மொழியையும் எடுத்துக்கொள்ளலாம்;

ஸ்பெயின் தேசத்தின் வட எல்லைக்கும், பிரெஞ்சு தேசத்தின் தெற்கு எல்லைக்கும் அருகிலான மலைப் பிரதேசங்களில் பன்னெடுங்காலமாக வாழ்ந்து வந்தவர்கள் 'பாஸ்க்' (Basque) எனும் இனத்தவர்கள். உலகின் மிக மூத்த குடிமக்களுள் ஒரு இனமாகக் கருதப்படும் இவர்கள், மானுடவியலைச் சார்ந்த ஆராய்ச்சியாளர்களுக்குப் பெரும் புதிராக இருந்து வருகிறார்கள்.

இவர்கள், தம்மைச் சூழ்ந்துள்ள ஐரோப்பிய மக்களோடு இன ரீதியாக எந்த விதத்திலும் தொடர்பில்லாத இனத்தவர்களாக இருக்கிறார்கள். இவர்களது மொழியான 'பாஸ்க்' மொழியும், ஏனைய ஐரோப்பிய மொழிகளோடு எந்த விதத் தொடர்பும் அற்ற மொழியாக இருக்கிறது.

இதனாலோ என்னவோ, பல நூறு ஆண்டுகளாகப் பிறரோடு போரிடுவதிலும், தம் இனத்தைக் காப்பாற்றிக்கொள்வதிலும் பெரும்

இழப்பை அடைந்திருக்கிறார்கள்; இந்த இடைவிடாத போரினால், இவர்கள் இனம் பிரிந்தும், சிதறியும், இவர்களது மொழியும் சிதைவுண்டும் கிடந்தது.

இதன் உச்சக்கட்டமாக, 1930களில், ஸ்பெயின் தேசத்து சர்வாதிகாரி, பாஸ்க்மொழியைத்தடை செய்து, பொது இடங்களில் பேசப்படக்கூடாத மொழியாகச் செய்தார். கல்விச்சாலைகளில் இம்மொழி தடை செய்யப்பட்டது.

சுமார் 40 ஆண்டு காலம், இந்த மொழி இந்த இனத்தவரின் 'இரகசிய மொழி' யாக விளங்கி வந்தது. ஆயினும், இவர்கள், தங்களது மொழியை தங்களுக்குள்ளாக அரும்பாடுபட்டுக் காப்பாற்றி வந்தனர். இருப்பினும், இம்மொழி பேசுபவர்களின் எண்ணிக்கை, இவர்கள் இனத்துக்குள்ளேயே வெறும் 10% ஆகக் குறைந்தது; ஏனையோர், ஸ்பானிஷ் மொழி பேசுவோராக மாறிவிட்டனர். மேலும், இந்த மொழியும் எட்டு விதமாகச் சிதைந்தும் போனது.

ஆனாலும், ஸ்பெயினில் சர்வாதிகாரம் முடிவுக்கு வந்தபின்னர், இந்த இனத்தவர், விடாமுயற்சியோடு, பாஸ்க் மொழியின் எழுத்துகளில் சொற்களில் மொழிச் சீர்திருத்தம் செய்து, எட்டு வித வடிவங்களையும் ஒழுங்குபடுத்தி பொதுவான வரி வடிவம், சொற்கள் ஆகியனவற்றை ஏற்படுத்தி அந்த இனத்தவர் அனைவருக்கும் பொதுவானதாகவும் ஏற்புடையதாகவும் செய்தனர். சீரழிவின் விளிம்பில் இருந்த மொழிக்கு புத்துயிர் கொடுத்தனர்.

இப்போது, இவர்கள் வசிக்கும் பகுதியில் பாஸ்க் மொழி இணை ஆட்சி மொழியாகவும், அந்த இன மக்களில் சுமார் 40% பேர் பேச, எழுத, படிக்கக் கூடிய மொழியாகவும் மாற்றியிருக்கிறார்கள். மேலும், நூல்கள் வெளியிடப்படும் அளவுக்கு அம்மொழியைப் புதுப்பித்து உள்ளனர்.

ஒரு மொழி உயிர்ப்புடனும் துடிப்புடனும் இருப்பதனை அளவீடு செய்ய சில முக்கிய அம்சங்களை யுனெஸ்கோ கூறுகிறது.

ஒரு மொழி, இந்தத் தலைமுறையினராலும், அடுத்தத் தலைமுறையினராலும் பேசப்படுகிறதா?

ஒரு மொழியை பேசுபவர்களின் எண்ணிக்கை, நாளுக்கு நாள் கூடுகிறதா அல்லது குறைகிறதா?

ஒரு மொழியைச் சார்ந்த இனத்தவரில் எவ்வளவு பேர் அல்லது சதவீதம் பேர் அம்மொழியை முழுமையாகப் பயன் படுத்துகின்றனர்.

அம்மொழி, அம்மக்களால் சிந்திக்கவும், கருத்துப் பரிமாற்றத்துக்கும், படைப்புகள் உருவாக்கவும், பொழுதுபோக்கு அம்சங்களுக்கும் பயன்படுகிறதா?

அம்மொழி, புதிய தளங்களில், பள்ளிக்கூடங்களில், ஊடகங்களில், இன்டர்நெட் போன்றவற்றில் பயன்பாட்டில் உள்ளதா?

என்பன உள்ளிட்ட கேள்விகளே அவை.

இந்தக் கேள்விகளை நாம் நமது தமிழ்மொழி குறித்து நம்மை நாமே கேட்டுகொள்ள வேண்டிய நிலையில் இருக்கிறோம்.

மொழியை எதிர் நோக்கி இருக்கும் பிரச்னைகளையும், மூல காரணங்களையும், அவற்றின் தீவிரத்தையும் உணர்ந்துகொள்வதும், அவை ஏற்படுத்தக் கூடிய பாதிப்பை உணர்வதும் மிக முக்கியமானவை ஆகும். இவை குறித்தத் தெளிவான புரிதல், பிரச்னைக்குத் தீர்வு காணவும், மொழியின் சீரழிவைத் தடுத்து நிறுத்தவும், மாறாக மொழியை வளர்க்கவும் பெரிதும் உதவும்.

தனிமனிதன், தனது சொத்தினைப் பெருக்கி – வளப்படுத்தி, தனது வாரிசுகளுக்குக் கொடுக்க வேண்டும் என எண்ணுகிறான்; அதே உணர்வோடு, தாய் மொழியையும் சிதைக்காது மாறாக செம்மைப் படுத்தி, அடுத்தத் தலைமுறைக்குக் கொடுக்க வேண்டியது அவசியம்.

மொழி வளர்ச்சிக்காக இரண்டு தளங்களில் செயல்பட வேண்டியுள்ளது:

ஒரு தளத்தில் சிதைவை மற்றும் பாதிப்பைத் தடுப்பது; மற்றொரு தளத்தில் வளர்ச்சிக்கு ஏற்ற வகையில் மாற்றங்களை ஏற்படுத்துவது; இவற்றை, சராசரி மக்கள் ஒரு புறமும், அரசு, கல்வியாளர்கள், வல்லுனர்கள் ஆகியோர் இன்னொரு புறமும் செய்ய வேண்டியிருக்கிறது.

நம் மொழியை, அறிவியலுக்கும், இதர மேலாண்மை மற்றும் பொருளாதாரம் உள்ளிட்ட கலைத்துறை கல்விக்கு ஏற்ப வளப்படுத்துதல்; ஆராய்ச்சிக்கும் ஏனைய உலக மொழிகளோடு இணைந்து செயல்படும் அளவுக்கு செழுமைப் படுத்துதல் என்பனவற்றை, கல்வியாளர்கள், வல்லுனர்கள் குழு மற்றும் அரசும் இணைந்து முயற்சிக்கின்றன; ஆனால், அது குறித்து ஆலோசனை சொல்வது நோக்கம் அல்ல...

சராசரி மனிதர்களும், மொழி வளர்ச்சி மற்றும் சிதைவுத் தடுப்பு ஆகியன குறித்து, பல முக்கிய செயல்களைச் செய்ய முடியும் - செய்ய முற்பட வேண்டும்; அவற்றில் சில செயல்களைப் பார்க்கலாம்.

இரா.கதிரவன்

மொழி பயில்வது என்பது வெறும் வேலை வாய்ப்புக்காகத்தான் என்ற தவறான எண்ணமும், உணர்வும் நீங்க வேண்டும் .

மொழியினைக் காப்பாற்றும் பொறுப்பு அம்மொழியைத் தாய்மொழியாகக் கொண்டவர்களைச் சார்ந்தது; அம்மொழியின் சிதைவுக்கோ அல்லது பாதிப்புக்கோ வேறு மொழியோ அல்லது வேறு மொழி பேசுபவர்களோ எதிரிகள் அல்ல என்ற உண்மை புரிய வேண்டும்; மேலும் மொழி குறித்த வெறுப்பு உணர்வு அறவே கூடாது. ஏனெனில், வெறுப்பு இருக்கும் இடத்தில் வளர்ச்சி நிகழவே நிகழாது.

சுமார் 40 வருடங்களுக்கு முன்னர், குழந்தைகள் 8 அல்லது 9 வயதின் போதுதான், ஆங்கிலம் கற்கும் சூழல் இருந்தது, அதற்குள், மாணவர்கள் தமிழில் எழுத,பேச, படிக்க ஓரளவு பயிற்சி பெற்றிருந்தார்கள்; எனவே,அவர்களால் அந்தப் பழக்கத்தை எளிதாகத் தொடர முடிந்தது.

தற்போது, குழந்தைகள் சுமார் 3 வயதில் மழலையர் பள்ளிகளுக்கு அனுப்பப்படுவதாலும், அப்போதிலிருந்தே ஆங்கிலமொழிக்கு முன்னிரிமை தரப்படுவதாலும், பலருக்கு தமிழில் எழுத, படிக்க போதுமான பயிற்சி இல்லாமலே போய்விடுகிறது. ஆகவே, பெற்றோர், தங்கள் குழந்தைகளுக்குச் சற்று அதிக முயற்சி எடுத்து, தமிழ்மொழிப் பயிற்சியை தொடர்ந்து பெறும் வகையில் ஈடுபாடு காட்டி வளர்க்க வேண்டும்.

பெற்றோர் உணர வேண்டிய ஒன்று: நம் குழந்தைகள் எல்லாருக்கும் பல மொழிகளைக் கற்று, பேச, எழுத, படிக்கும் திறனும் ஆற்றலும் இருக்கிறது என்பதும்; ஆங்கில மொழி படிப்பது, தமிழ்மொழியைக் கற்கத் தடையாக இருக்காது என்பதும்தான்.

பல இடங்களில், ‘என் மகளுக்குத் தமிழில் எழுதவோ, படிக்கவோ தெரியாது’ என்று போலி கெளரவத்துடன் சொல்வதைக் கேட்க முடிகிறது; ஆனால், ‘எனது மகளுக்கு, தமிழ் மற்றும் ஆங்கிலம் இரண்டிலும் எழுதவும், பேசவும், படிக்கவும் தெரியும்’ என்று சொல்வதில்தான் மெய்யான கெளரவமும் பெருமையும் அடங்கியுள்ளதை அவர்கள் உணர வேண்டும்.

இது தவிர பெற்றோர், தமது குழந்தைகள், இளம் வயதில், குறிப்பாக பதின் பருவத்தின் துவக்கத்தில், அதிகம் சிரமம் இன்றி படிக்கக் கூடிய தமிழ்ச் சிறுகதைகள், மிக எளிதில் புரியும் கவிதைகள், போன்றவற்றைப் படிக்க ஆர்வம் ஏற்படுத்த வேண்டும்.

தமிழ் வாசித்தல் குறித்த ஈடுபாடு ஏற்படுத்துவது என்பது, நல் வாழ்விற்கு வழி காட்டுவதற்கு ஒப்பாகும்.

பெறோர்கள், தங்களது பிள்ளைகளைத் தமிழ்ப் பேச்சு, மற்றும் எழுத்துப் போட்டிகளில் பங்கெடுக்க உற்சாகம் ஊட்ட வேண்டும்.

வல்லுனர்கள் தமிழில் உருவாக்கும் புதிய சொற்களையும், மற்ற நயம் மிக்க சொற்களையும், புழக்கத்துக்குக் கொண்டு வருவதும் ஒவ்வொருவரின் கடமையாகும்.

இன்னொரு முக்கியமான விஷயம்:

தமிழ்மொழியில் எழுத, படிக்க, பேச, இளம் வயதில் கற்றிருந்தும், அப்பழக்கத்தை இழந்து, தமிழினை வெகு அரிதாகவும் சொற்பமாகவும் பலர் பயன்படுத்துகின்றனர். ஆங்கிலத்தில் *passive speakers* என அழைக்கப்படும் இவர்கள், முனைப்புடன் தமிழில் பேசத் துவங்க வேண்டும்.

நாம், இந்த பூமியை அதன் இயற்கை வளங்களுடன் பூமியைப் பாழ்படுத்தாது, அடுத்தத் தலைமுறைக்குத் தரவேண்டியதன் அவசியத்தை, நாள்தோறும் பத்திரிக்கைகளிலும், தொலைக் காட்சிகளிலும் பார்க்கிறோம், படிக்கிறோம்.

அதேபோல, நெடுங்காலமாக வளமாக நிலைத்து நின்ற நம்மைப் பெற்ற நம் மொழியைச் சிதைக்காது மாறாக ஓரளவேனும் வளப்படுத்தி, அடுத்தத் தலைமுறைக்குத் தரவேண்டிய பெரும் பொறுப்பு நமக்கு இருக்கிறது என்பதனையும் உணர வேண்டும்.

இந்தப் பொறுப்பினை, தமிழ் பேசும் நாம் நிறைவேற்றாவிட்டால் வேறு யார் நிறைவேற்ற முடியும்?

இப்போது செய்யாவிட்டால் வேறு எப்போது செய்ய முடியும்?

அப்படி நிறைவேற்றினால்... நம்மினும் சிறந்த மக்களாக, நம் தமிழை மேலும் சிறப்பாக வளர்க்கக்கூடும்.

- தினமணி: *02.03.2016.*

19

எல்லாவற்றையும் சகிக்கலாமா?

பல்வேறு இன மத மொழியினரால் நிரம்பியிருந்தாலும், எந்த ஒரு மதத்தையும் சாராத நாடு - நடுவு நிலை மிக்க நாடு என விளங்குவதால், சகிப்புத்தன்மை மிக்க நாடு என்றும் - சகிப்புத்தன்மை மிக்க மக்கள் எனவும் இந்திய மக்களாகிய நாம் பெயர் பெறுகின்றோம்.

நமக்கு இருக்கும் சகிப்புத் தன்மை என்பதனை அளவிட முடியாதது என்பதுதான் உண்மை; ஆனால், அது மேலே சொல்லப்பட்ட காரணங்களுக்காக அல்ல.

காய்கறிகள் மற்றும் பழங்கள், செயற்கையாக இரசாயனம் கொண்டு பதப்படுத்தப்படுதல்; நிறமூட்டப்படுதல்; பள்ளிச் சிறுவர்கள் பொதி சுமப்பதனை அனுமதித்திப்பது, குழந்தைகள் தொழிலாளர்களாக உபயோகப்படுத்தப்படுவது, அனுதினமும் நம் கண்ணெதிரில் நமது மொழி தொலைக்காட்சிப் பெட்டிகளில் சிதைக்கப்படுதல் பாரம்பரிய உணவுமுறைகள் அற்றுப்போதல், போலி மருந்துகள், போலி மருத்துவர்கள், ஒட்டுக்குப் பணம் செய்ய வேண்டிய வேலைக்கே அலுவலகங்களில் இலஞ்சம் கோருதல், தருதல், ஒரு சமுதாயம் தன்னை முழுமையாக குடிப்பழக்கத்துக்கு ஆட்படுத்திக்கொள்ளுதல், கலப்படம் அற்ற பொருள் சந்தையில் இல்லாத சூழல், கல்வி என்பது மிக முக்கிய வியாபாரப் பொருளாக இருத்தல், எந்தத் துறையும் சந்தேகத்துக்கு அப்பாற்பட முடியாத அளவுக்குப் பணம் கோலோச்சும் நிலை, சராசரி மனிதன் முதல் வசதி படைத்தவர்கள் வரை இலவசத்துக்கு ஆலாய்ப் பறப்பது பொது இடங்கங்களை ஆக்கிரமித்தல் தூய்மை சுகாதாரம் குறித்த அலட்சியம் நலியும் விவசாயம் காடுகள் சுருங்குதல், பல உயிரினங்கள் நம் தலைமுறையோடு அழியும் அபாயம், தரமற்ற திரைப்படங்கள்... இத்யாதி இத்யாதி போன்ற எல்லாவற்றையும் நாம் சகித்துக்கொண்டிருக்கிறோம் என்பதுதான் உண்மை.

இலஞ்சம் என்பது, தவறான செயல்களை, சட்டத்துக்குப் புறம்பான விஷயங்களை செய்வதற்கு என்ற நிலை மாறி, சட்டப்படி நியாயமான வகையில் செய்ய வேண்டியவற்றை சரியான தருணத்தில் தாமதம் இன்றி செய்துமுடிப்பதற்கேகூட லஞ்சம் என்ற நிலையாக மாறிவிட்டது என்பதனை மறுப்பதற்கில்லை.

'குதிரை கீழே தள்ளியதும் அல்லாமல் குழியும் பறித்தது' என்பார்களே, அதைப்போல இத்தகைய தவறுகளை நாம் பொறுத்துக் கொள்வது மட்டுமல்ல... ஏற்றுக்கொள்ளவும் பழகிவிட்டோம் என்பதே உண்மை. 'இந்தத் தவறுகள் நிவர்த்திக்கப் பட வேண்டியவை' என்ற எண்ணம் கூட எழாத அளவுக்கு அவை நமது சிந்தையில் ஊறிவிட்டது!

நாம் ஆங்கில ஏகாதிபத்தியத்துக்கு எதிராகப் போராடியவர்கள். அவர்களது சட்டங்களையும், நம்மை அவர்கள் ஏய்த்ததையும் ஏற்க மறுத்தவர்கள்; ஆனால், துரதிர்ஷ்டவசமாக, அவர்கள் இழைத்த தவறுகள் இன்று நம்மவர்களால் இழைக்கப்படும்போது பெரும்பாலானோர் வாய் மூடி மௌனிகளாய் இருக்கிறோம்.

இது சரியா?

நம்மால், எவ்வாறு இதனை இவ்வளவு எளிதாக ஏற்றுக்கொள்ள முடிகிறது?

ஒருவேளை, இந்தத் தவறுகளைச் செய்பவர்கள், நம் நாட்டினர் - நமது மொழி பேசுபவர்கள்-நமது மதத்தைச் சார்ந்தவர்கள் அல்லது நமதுச் சாதியை சேர்ந்தவர்கள் என்ற காரணத்தாலா? அல்லது நமது கண்ணோட்டமும் அளவீடுகளும் மாறிவிட்டனவா?

பொதுவாக இத்தகைய மனப்பாங்கு, ஒரு நாடு முழுமைக்கும் ஏற்படுவது ஒரு சில நாட்களில் நடக்கும் காரியமல்ல.

தவறுகளுக்குக் கடுமையான எதிர்ப்பு கண்டும் காணாத நிலை என்ற படிகளில் கொஞ்சம் கொஞ்சமாகக் கீழிறங்கி கடந்த எழுபது ஆண்டுகளில், இப்போது வேறு வழியின்றி முழுமையாக ஏற்றுக் கொள்ளும் நிலையில் இருக்கிறோம் என்றே தோன்றுகிறது.

அறத்தினைக் கைவிட்டு பொருளினைச் சேர்க்கும் கூட்டம் ஒரு புறமும், சிறுமையை கண்டும் காணாத போக்குடன் இன்னொரு கூட்டமுமாய்ப் பிரிந்து கிடக்கிறது சமுதாயம்.

பல ஆண்டுகளுக்கு முன்னர், தவறு செய்பவர்கள், பிறரால் ஒதுக்கப்பட்டவர்களாக இருந்த நிலைகூட உண்டு.

ஆனால், அத்தகையோர், சமூக அந்தஸ்து பெற்று உலவும் காட்சி நம் முன் விரிவதும்; பொதுச்சொத்துகளைக் கொள்ளையடிப்பவன் என்ற பெயர் மாறி, 'சம்பாதிப்பவன்' என்ற பெயரோடு உலவுவதும் விந்தையிலும் விந்தை.

கலை, விளையாட்டு போன்றவற்றில், raising the bar என்பது தரத்தினை உயர்த்துவது குறித்துக் கூறப்படும் ஒரு சொற்றொடர் ஆகும்.

அதேபோல, தொழில் மற்றும் நிறுவனங்களின் நிர்வாகத்துறையில் தவறுகள் கிஞ்சித்தும் நிகழாவண்ணம் ஏற்பாடுகள் செய்யப்படும்.

அப்படியே, சிறுசிறு தவறுகள்கூட, அவை எவ்வாறு நிகழ்ந்தன? அவற்றுக்கான காரணங்கள் எவை? யாவர்? என அலசப்பட்டு அவை மீண்டும் நிகழா வண்ணம் பரிசீலனை செய்யப்பட்டு, அதற்குரிய நடவடிக்கைகள் எடுக்கப்படும்.

தனியார் நிறுவனங்களிலும், பன்னாட்டு நிறுவனங்களிலும் கடைபிடிக்கப்படும் இத்தகைய கடுமையான சகிப்பின்மை, நமது ஒவ்வொருவர் வாழ்விலும் கடைபிடிக்கப் படவேண்டும். அது சமுதாயத்தில் பெரும் தாக்கத்தையும் மாற்றத்தையும் ஏற்படுத்தும்.

நாம் சகிப்புத்தன்மை அதிகம் உடையவர்கள் என்று பெருமைப் படுவதைவிடவும், தவறுகள் குறித்த சகிப்பின்மை கொண்டவர்கள் என்ற நிலை எய்தும்போதுதான் பெருமை கொள்ள வேண்டும்.

ஆனால், நாம் சகிப்புத்தன்மை உடையவர்கள் என்பதாகக் கூறிக்கொண்டு, தவறுகளைக் கண்டும் காணாததுமாயும், உடந்தையாயும் காரணமாகவும் இருப்பதுவும் வெறுக்கத் தக்கதாக இருக்கிறது.

சர்வ சுதந்திரம் வழங்கப்படும் ஜனநாயக நாடுகளோடு ஒப்பிடுகையில், அடிப்படை உரிமைகள் பெருமளவு மறுக்கப்பட்ட நாடுகளில்கூட, குற்றங்கள் குறைந்திருப்பதும், இத்தகைய தவறுகள், பிழைகள், குற்றங்கள் சார்ந்த அவலங்கள் அருகி வருவதும் கவனிக்கத்தக்கது.

ஆனால், நமது நிலையோ, இத்தகைய தவறுகளுக்கு இடமளிப்பதாக அமைவது விந்தையாக இருக்கிறது.

இவை குறித்து நாம் சுய பரிசீலனை செய்துகொள்ள வேண்டும்; தேசத்தை நிர்வகிப்பவர்களும், சமூக விஞ்ஞானிகளும் சிந்தித்து சட்ட ரீதியாகவும், சமூக ரீதியாகவும் நடவடிக்கை எடுப்பது ஒரு புறம் இருப்பினும், சில விஷயங்கள் எங்கெங்கு சுற்றினாலும் பள்ளிக்

கூடங்கள், ஆசிரியர், பெற்றோர் என இவர்களிடத்திலேயே வந்து நிறைவுறும்.

ஆம், ஒவ்வொரு வீட்டிலும், பள்ளியிலும் 'செய்வன திருந்தச் செய்யவும்', 'சிறுமை கண்டு பொங்கவும்' இளைய தலைமுறையினர் பழக்கப் படுத்தப்படவேண்டும். அது அவர்களை மட்டுமல்ல, இந்த நிலத்தினையும் பண்படுத்தும்.

'ஈன்றாள் பசிகாண்பான் ஆயினும் செய்யற்க
சான்றோர் பழிக்கும் வினை'

என்றார் வள்ளுவர்.

ஒரு காலத்தில், அத்தகைய மிகக் கடுமையான கோட்பாடுகள் கொண்டவர்கள் நாம் என்பதனை மறக்கலாகாது.

- தினமணி: 28.02.2017.

20
எதிர்காலத் தலைவர்கள்

ஓர் உற்பத்தி நிறுவனம் அல்லது சேவை நிறுவனம், தனது வளர்ச்சிக்காகத் தரத்தினை உறுதி செய்தல், அதனை இடைவிடாது மேம்படுத்துதல், தனது சேவையை, உற்பத்தியை விஸ்தரித்தல், சந்தையில் போட்டி மற்றும் அதனைச் சமாளிக்கும் திட்டங்கள், ஊழியர்களின் நலன், அவர்களுக்குப் பயிற்சியளித்தல், லாபம் ஈட்டுதல், இவை தொடர்பான அடுத்த சில ஆண்டுகளுக்கான திட்டங்கள், போன்றவற்றை அந்நிறுவனங்களின் உயர்நிலைத் தலைவர்கள் மூலமாக திட்டமிட்டுச் செயல்படும்.

இன்னொருபுறம், களத்தில் உற்பத்திக்கூடத்தில், அந்தப் பணிகளை, பொருள்களை உருவாக்குவது, சேவையை வாடிக்கையாளர்களுக்குத் தருவது எனக் கடைசிமட்ட ஊழியர்கள் மற்றும் தொழிலாளர்கள் செயல்படுத்துவர்.

இவ்விரண்டு பெரும் பிரிவுகளுக்கு இடையில் ஒரு மிக முக்கியமான இணைப்புச் சங்கிலியாக *(middle level management)* இரண்டாம் கட்ட நிர்வாகம் செயல்படும்; இந்த இரண்டாம் கட்ட நிர்வாகம் என்பது மிகமிக முக்கிய அம்சம் ஆகும்.

எந்த ஒரு நல்ல நிறுவனமும், தங்களது வளர்ச்சியின் அங்கமாக, இந்த இரண்டாம் கட்ட அதிகாரிகளை, அடுத்த கட்டதுக்குத் தயார் படுத்தும்; சில நிறுவனங்களில் 'எதிர்காலத் தலைவர்கள்' *Future Leaders* என ஒவ்வொரு துறையிலும் சிலரைக் கண்டெடுத்து சவாலான பணிகளில் ஈடுபடுத்துவது, முக்கிய பேச்சு வார்த்தைகளில், திட்டங்களில் இணைத்துக்கொள்வது என, ஒரு செயல் திட்டத்தோடு, அவர்களது திறமையை வளர்ப்பார்கள்.

அவர்களை அதிக பொறுப்புக்களை ஏற்கவும், எதிர்காலத்தில் ஏற்பட இருக்கும் மாற்றங்களுக்கும் - போட்டிகளுக்கும் ஈடு

கொடுப்பவர்களாகவும் அருகில் இருந்து பயிற்றுவித்து, அடுத்தக் கட்ட வளர்ச்சிக்கு, தலைமைப் பொறுப்புக்குத் தயார் செய்வர். இத்தகைய திறமைசாலிகள் ஊக்கப்படுத்தப்படும்போது, நிறுவனத்தின் சிறந்த எதிர்காலம் உறுதி செய்யப்படுகிறது. இவ்வாறு செய்யத் தவறினால், ஒரு நிறுவனம், தனது எதிர்காலத் திட்டங்களை சரிவர செயல்படுத்த முடியாது.

உற்பத்தி வீழ்ச்சி, தரம் குறைவு படுதல், நஷ்டம், வாடிக்கையாளர் அதிருப்தி போன்றவை ஏற்படும்; மேலும், இவற்றை விட முக்கியமாக, மூப்பு, மரணம், பணி ஓய்வு போன்றவற்றின் காரணமாக அந்நிறுவனத்தின் உயர்மட்ட நிர்வாகம் விலகும்போது, வெற்றிடம் ஏற்படாத வண்ணம் இத்தகைய இரண்டாம் கட்டத் தலைவர்கள், எதிர்காலத் தலைவர்கள் அந்த இடத்தை நிரப்புவது உறுதி செய்யப் படுகிறது.

இந்த இரண்டாம் கட்டத் தலைமை 'எதிர்காலத் தலைவர்கள்' என்பது, தொழில் நிறுவனங்களில் மட்டுமல்ல, அரசியல் கட்சிகளிலும் முக்கியத்துவம் பெறுகிறது. இலாப நோக்கோடு செயல்படும் தொழில் நிறுவனத்தையும், மக்கள் தொண்டு, அரசு நிர்வாகம் என வேறு தளத்தில் செயல்பட வேண்டிய அரசியல் கட்சிகளையும் ஒப்பீடு செய்வது தவறல்ல.

ஒரு அரசியல் கட்சியின் தலைமை, கொள்கைகளை வகுப்பது, அவற்றை மக்களிடம் கொண்டு சேர்க்கத் திட்டங்களை வகுப்பது, தேர்தலில் போட்டி, வெற்றிக்கு வழி வகைகள் என செயல்படும். கட்சியின் கொள்கைகளால், தலைமையால் ஈர்க்கப்பட்ட தொண்டர்கள், பொதுமக்கள், வாக்காளர்கள் என ஒரு சாராருக்கும், தலைமை என இன்னொரு சாராருக்குமிடையில் ஒரு முக்கியமான இணைப்புச் சங்கிலியாக அக்கட்சியைச் சார்ந்த பேச்சாளர்கள், பத்திரிகை யாளர்கள், எழுத்தாளர்கள், தொழிற்சங்கவாதிகள், கட்சியின் அடுத்த மட்ட நிர்வாகிகள் என்ற பல்வேறு நபர்கள் இரண்டாம் கட்ட தலைவர்களாக இருப்பார்கள்.

தன்னம்பிக்கையும் திறமையும் மிக்க தலைவர்கள், இவர்களை எதிர்காலத்தில் அதிகப் பொறுப்புகளை ஏற்கும் திறமையான தலைவர்களாக உருவாக்குவார்கள், ஆனால், இன்று இவை எல்லாம் சற்று பழைய கதை.

அரசியலில் கொள்கைப்பிடிப்பு,சேவை மனப்பான்மை போன்றவை பெருமளவில் நீர்த்துப் போயிருக்கும் நேரமிது; அரசியல் கட்சிகளின்

தலைவர்கள் பெரும் அறிவும், தீர்க்க தரிசனமும், தன்னம்பிக்கையும் கொண்டவர்களாகத் திகழ்வதும் அரிதாகி வருகிறது. இவர்களில் பலர், தங்களது தலைமையைத் தக்க வைத்துக் கொள்வதில் மட்டுமே நாட்டம் காட்டுவதால், அடுத்த தேர்தலைத் தாண்டிச் சிந்திப்பதுமில்லை; அடுத்தக் கட்டத் தலைமையை உருவாக்குவதுமில்லை.

சில கட்சிகளில் இரண்டாம் கட்டத் தலைவர்களை தயார் செய்வதனை விட, கட்சி வளர்ச்சியின் செலவில் தனது வாரிசுகளை உருவாக்குவார்கள்; சில கட்சிகளில், தன்னால் உருவாக்கப் படுபவர்களால், அரசியலில் தனது இடத்தையே இழப்பவர்களும் உண்டு! எனவே, பெருமளவு கட்சிகளில் இரண்டாம் கட்டத் தலைவர்களை உருவாக்குவதே இல்லை.

சில கட்சிகளில், கவலை தரும் இன்னொரு அம்சம், 'திறமை'யை விட 'விசுவாசம்' முக்கியத்துவம் கொடுக்கப்பட்டு, திறமையற்ற விசுவாசிகளையே இரண்டாம் கட்டத் தலைவர்களாக - எதிர்காலத் தலைவர்களாக அடையாளம் காட்டும் போக்கு ஆகும். இத்தகையோரால், ஒரு நெருக்கடியான சூழலில், கட்சியில் ஏற்படும் வெற்றிடத்தை நிரப்ப முடியாது போய்விடும்.

இத்தகைய, சரியான இரண்டாம் கட்டத் தலைமை அற்ற ஒரு நிலை, பிற கட்சிகளைவிட ஆளும் கட்சியில் ஏற்படும்போது சிக்கல் அதிகமாகும்; இவர்கள் ஒரு சந்தர்ப்பத்தில் பொறுப்புகளை ஏற்கும்போது, சரியான பயிற்சி மற்றும் திறமையின்மையால் கட்சி மட்டுமின்றி ஆட்சியும் பாதிக்கப்படும். மக்களின் எதிர்பார்ப்புகள் பொய்க்கும்.

இவற்றை நோக்கும்போது, அடுத்த கட்டத் தலைவர்களை - எதிர்காலத் தலைவர்களை - தீர்க்க தரிசனத்தோடு உருவாக்குவது, தொழிற்கூடமாக இருப்பினும் - சேவை நிறுவனமாக இருப்பினும் அரசியல் கட்சியாக இருப்பினும் - எவ்வளவு முக்கியம் வாய்ந்ததென்று உணர முடிகிறது.

இத்தகைய முக்கிய பொறுப்பு, ஒரு நிறுவனத்தைவிட அரசியல் கட்சியைவிட, வேறு ஒரு தளத்தில் ஒவ்வொரு ஆசிரியருக்கும், பெற்றோருக்கும் அதிகமாக உள்ளது; இவர்கள்தான், நாட்டுக்கு நல்ல குடிமக்களை - நல்ல தலைவர்களை உருவாக்க, சரியான அடித்தளம் அமைப்பவர்கள் ஆவர்.

- தினமணி: 05.10.2017.

21
உள்ளாட்சியும் அதிகாரப் பரவலும்!

'ஜனநாயகம் என்னும் பெரும் விருட்சத்தின் சல்லி வேர்களாக உள்ளாட்சி அமைப்புகள் விளங்குகின்றன' என்று கூறுவது பொருத்தமானது. நம்நாடு சுதந்திரம் அடைந்தபோது, இந்திய அரசியல் அமைப்பு என்பது மத்திய மற்றும் மாநில அரசுகள் என்ற இருபெரும் அடுக்குகளின் அடிப்படையிலேயே உருவாக்கப்பட்டிருந்தது. கிராமம் சார்ந்த பஞ்சாயத்து ஆட்சி அமைப்புகள் இருந்தன என்றாலும் அவற்றுக்கான அரசியல் சாசன அங்கீகாரம் இல்லாதிருந்தது. எனவேதான், பல மாநிலங்களில், உள்ளாட்சித் தேர்தல்கள் சரி வர நடத்தப்பெறாமல் இருந்தன.

ஜனநாயகத்தில் உண்மையான அதிகாரம் மக்களிடமே இருக்க வேண்டும் என்றும், ஆட்சி அமைப்பு என்பது மக்களிடம் மிக நெருங்கியிருக்க வேண்டும் என்ற பெருநோக்கோடு, தொண்ணூறுகளில் அரசியல் சாசனம் திருத்தப்பட்டது.

அரசியல் சாசன 73ம் திருத்தத்தின்படி, இந்திய அரசியல் அமைப்பு மூன்று அடுக்குகளாக மாற்றப்பட்டு, உள்ளாட்சிகள் அரசியல் சாசன அந்தஸ்தும் அங்கீகாரமும் பெற்றன. சாமான்ய மனிதனை சென்றடையும் வகையில் அதிகாரப் பரவல் உறுதி செய்யப்பட்டது.

விவசாயம், கால்நடை, மீன்வளம், சமூகக் காடுகள், குடிநீர், கிராமசாலைகள், உள்ளிட்ட 29 முக்கியத் துறைகள் சார்ந்த அதிகாரங்கள் பஞ்சாயத்துகளுடன் பகிர்ந்துகொள்ளப்பட்டன. இத்துறை சார்ந்த அதிகாரிகளும் பஞ்சாயத்து அமைப்புக்களின் கீழ் கொண்டுவரப்படவேண்டும் என்றெல்லாம் திட்டமிடப்பட்டது .

மக்களுக்கு மிகவும் அத்யாவசியமான தேவைகள் அவர்களாலேயே திட்டமிடப்பட்டு, செயல்படுத்தப்படுவதற்கான அமைப்பாக பஞ்சாயத்து அமைப்புகள் மாற்றி அமைக்கப்பட்டன.

அவற்றுக்கான நிதி ஆதாரங்களை உறுதி செய்வதற்காக, மாநில நிதி ஆணையம் (state Finance commission) உருவாக்கப்படவேண்டும் என்றும், அவற்றின் மூலம் போதுமான நிதி பகிர்ந்தளிக்கப் படவேண்டும் என்றும் சட்டமியற்றப்பட்டது. வரி விதிப்பு, வசூல், திட்டமிடுதல், செயல் படுத்துதல் என்ற எல்லா தளங்களிலும் அதிகாரம் பகிர்ந்தளிக்கப்பட்டது. மக்கள் அதிகாரம் மிக்கவர்களாக உயர்த்தப்பட்டனர்.

இதன் மூலம், ஊராட்சி அமைப்புகள், மக்களுக்கும், மத்திய மாநில அரசுகளுக்கும் இடையிலான வலுவான பிணைப்புச் சங்கிலி வளையமாகச் செயல்படுகின்ற வாய்ப்பும் ஏற்படுத்தப்பட்டது.

மக்களில் சரிபாதி உள்ள பெண்கள் மற்றும் கணிசமான அளவில் உள்ள தாழ்த்தப்பட்டப் பிரிவினர் ஆகியோரை வலுப்பெறச் செய்ய, அவர்களுக்கு தேர்தலில் கணிசமான இட ஒதுக்கீடு உறுதி செய்யப்பட்டது. நிர்வாக எந்திரம், தேர்ந்தெடுக்கப்பட்ட பஞ்சாயத்து அமைப்புக்களின் அதிகார வரம்புக்குள் கொண்டு வரப்பட்டது.

இவ்வாறு, திட்டம், நிதி, செயல்படுத்துதல் என்ற எல்லாத் தளங்களிலும் வலுவான அமைப்பாக உருவாக்கப்பட்டது. உயரிய நோக்கத்துடன் உருவாக்கப்பட்ட அமைப்பு, அவ்விதம் செயல்பட்டால், பொதுமக்கள், குறிப்பாக, கிராமம் சார்ந்த மக்கள் தங்களது அடிப்படைத் தேவைகள் பெருமளவு பூர்த்தி செய்யப்படும் நிலையில் இருந்திருப்பர்.

இந்த அமைப்பின், மிக முக்கியமான அம்சம் எதுவெனில், மக்கள் பங்கு பெறும் கிராமசபைக் கூட்டங்கள் ஆகும். இதன் மூலம், மக்கள் தங்களது, தேவைகளை வலியுறுத்தவும், திட்டமிடுதலில் பங்கு பெறவும், செயல்பாடுகளைக் கண்காணிக்கவும், நிதி செலவினங்களை கண்காணிப்பது என, பல வகைகளால் பெரும் அதிகாரம் பெற்றவர்காளாக மாறுகிறார்கள். உண்மையான அதிகாரம் மக்களைச் சென்றடைவது நிகழ்கிறது.

நேரடித்தேர்தல், குறிப்பிட்ட கால இடைவெளியில் தேர்தல், தேர்தலை திட்டமிட, நடத்த, கண்காணிக்க அதிகாரம் பெற்ற அமைப்பு உருவாக்கப்பட்டது.

பெரும் பணபலம் மிக்க தொழில் நிறுவனங்களும், உள்ளாட்சியின் அனுமதியுடன்தான் சில செயல்களை நடைமுறைப்படுத்த முடியும் என்ற அளவுக்கு வலிமை பெற்ற அங்கமாக, உள்ளாட்சிகள் உயர்த்தப்பட்டன.

இவை, ஏட்டளவில், வலிமை மிக்க சிறந்த அமைப்பாக இருப்பினும், செயலளவில் நிலை வேறாக உள்ளது என்பதே நிதர்சனம்.

பிரதிநிதிகளாக தேர்ந்தெடுக்கப்படும் சாமான்ய மக்கள், நிர்வாக எந்திரத்தினை நிர்வகிக்கப் போதிய அனுபவம் அற்றவர்களாக இருப்பது, விஸ்வரூபம் எடுத்து நிற்கும் நிர்வாக எந்திரம் தேர்ந்தெடுக்கப்பட்ட பிரதிநிதிகளின் கட்டுக்குள் வர மறுப்பது, சாமான்ய மனிதனின் புரிதலுக்கு அப்பாற்பட்ட சட்டங்கள் அவற்றின் ஷரத்துக்கள் போன்றவை, மிகவும் நல்ல நோக்கம் கொண்ட பிரதிநிதிகளைக்கூட செயலற்றவர்காளாக மாற்றிவிடும் தன்மை பெற்றவையாகும்.

இது தவிர, பொது வாழ்வு, என்பதே, தனிமனித வளத்தினைப் பெருக்கிக்கொள்ள மட்டுமே என்ற துர்நோக்கம் பெருகியமையும், பெரும் இடர்பாடாக அமைகிறது.

இந்நிலையில், தேர்ந்தெடுக்கப்பட்ட பிரதிநிதிகள் தங்களுக்குரிய அதிகாரங்கள் குறித்த புரிதலைப் பெறவும், அவர்கள் நிர்வாக எந்திரத்தினை கையாளுவது குறித்த புரிதலையும் ஏற்படுத்த வேண்டிய பொறுப்பு, நாட்டின் எல்லாத் தரப்பினருக்கும் உள்ளது.

மேலும், அரசு சாரா அமைப்புகள் பயிற்சி பட்டறைகள் நடத்தி, நிர்வாக எந்திரம் மற்றும் பிரதிநிதிகள் இணக்கமாகவும், அவரவர் எல்லைக்குள் செயல்படுவதன் அவசியம் குறித்தும், பிரதிநிதிகளின் செயல்திறம் உயர விழிப்புணர்வினை ஏற்படுத்த இயலும்.

'உள்ளாட்சித் தேர்தலில் பணம் வெள்ளமாக ஓடியது!' என்ற செய்திகள் நம்பிக்கையைச் சிதைப்பதாக அமைகின்றன.

தேர்தல் சார்ந்த ஜனநாயகம் என்பதே, நமக்கு ஒரு நூறு வருடப் பின்னணி கொண்டதுதான்; பஞ்சாயத்து அமைப்புகள் குறித்த புதிய நடைமுறை இன்னமும் ஐம்பது ஆண்டுகள்கூட எட்டவில்லை; எனவே, வருங்காலம் மேலும் சிறப்பாக அமையும் என நம்புவோம்.

- தினமணி: *23 01 2020.*

22
கொடிதினும் கொடிது... முதுமையில் தனிமை!

"*யாண்டு பல ஆக நரை இல ஆகுதல்...*" எனத் துவங்கும் பாடல் ஒன்று புறநானூற்றில் உண்டு.

'பண்பாலும் அறிவாலும் நிறைந்த மனைவி மக்கள், கற்றறிந்த சான்றோர் வாழும் ஊர், அறம் வழுவா நல்லாட்சி தரும் அரசு, தீங்கு செய்யா அரசன் ஆகியோர் அமைந்தமையால், எமக்கு முதுமை எய்தியும் நரை விழவில்லை!' என, ஒரு புலவர் எழுதிய பாடல்.

இது அந்தக் கால நிலை!

இன்றைய காலகட்டத்தில், முதியோர் நிலை எப்படி இருக்கிறது என்பதைப் பார்க்க எத்தனிப்போம்...

கடந்த காலங்களோடு ஒப்பிடுகையில் மருத்துவ வசதிகள் மற்றும் கல்வி வசதிகள் அநேகமாக எல்லாப் பகுதிகளிலும் சென்றடைந்திருக்கிறது.

உணவுப் பற்றாக்குறை என்பதும், பஞ்சம் என்பதும் அறவே ஒழிக்கப்பட்ட ஒன்றாம்; உணவுப் பொருட்களை வாங்கும் சக்தியும் மக்களிடையே அதிகரித்திருப்பதும் கண்கூடு.

இது தவிரவும், மத்திய-மாநில அரசுகளின் திட்டங்கள் 'எல்லாருக்கும் உணவு' என்ற உணவுப் பாதுகாப்பினை பெருமளவுக்கு உறுதி செய்கின்றது.

இந்தச் சூழலில் மக்களின் ஆயுட்காலம் அதிகரித்திருக்கிறது...

ஐம்பது ஆண்டுகளுக்கு முன்னர் இந்தியாவில், மக்களின் சராசரி ஆயுட்காலம் 43 ஆண்டுகளாக இருந்தது... இப்போது, மேற்சொன்ன காரணங்களால், சராசரி ஆயுட்காலம் 62ஐ எட்டியிருக்கிறது!

இன்றைய தினம், பெண்கள் கல்வியில் பெரும் முன்னேற்றம் ஏற்பட்டிருக்கிறது. ஆண்–பெண் இரு பாலரும் வேலைக்குச் செல்லுதல், குடும்ப உறுப்பினர்களின் எண்ணிக்கை அளவு சுருங்கியிருப்பது, கூட்டுக் குடும்ப முறை அநேகமாக இல்லாதிருப்பது, நகரமயமாதல் காரணமாக கிராமங்களில் இருந்து நகரங்களுக்கு குடும்பங்கள் இடம் பெயருதல் மற்றும் முக்கியமாக உலகமயமாதல் காரணமாக வேலை செய்யும் ஆண்–பெண் இரு பாலரும் புலம் பெயருதல் போன்றவை, சமூகத்தில் குறிப்பிடத்தக்க மாற்றங்களை ஏற்படுத்தியிருக்கின்றன.

இந்த மாற்றங்கள், வயோதிகத்தை அடைந்தவர்கள் பால் ஏற்படுத்தும் தாக்கத்தைக் காண முற்படுவோம்.

முதியோர்களை மூன்று முக்கிய பிரிவினர்களாகப் பிரிக்கலாம்.

- அவர்களது பிள்ளைகளுடன் அல்லது உறவினர்களோடு வசிப்பவர்கள்.
- கணவன்–மனைவி என்று இருவர் மட்டும் தனியாக வசிப்பவர்கள்.
- ஆணோ அல்லது பெண்ணோ தனியாக வசிப்பவர்கள்.

மத்திய அரசின் புள்ளியியல் துறை கணக்கெடுப்புப்படி,

இந்திய மக்கள் தொகையில்,

1960ஆம் ஆண்டு மக்கள்தொகையில், 5% மக்கள் 60 வயதை கடந்தவர்களாக இருந்தாரகள்

2010ஆம் ஆண்டு மக்கள்தொகையில், 10% பேர், 60 வயதைக் கடந்தவர்கள்.

இந்த வயோதிகர்களில், சுமார், 20% பேர், கணவன் மனைவி என்ற இருவர் மட்டும், வேறு துணை ஏதுமின்றி வாழ்கின்றனர். மேலும் 5% பேர் எந்தத் துணையும் இன்றி தனித்து வாழ்கின்றனர்.

ஆக, தற்போதைக்கு, சுமார் 10 கோடிக்கும் மேல் 60 வயதைக் கடந்தவர்கள்; இவர்களில் கணவன் மனைவி மட்டுமோ அல்லது துணையின்றியோ வாழ்வோரின் எண்ணிக்கை சுமார் 3 கோடியைத் தாண்டும். வயோதிகத் தம்பதியினர் மற்றும் தனித்து வாழும் முதியோர்கள், பிள்ளைகளால் கைவிடப்பட்டவர்கள், பிள்ளைகள் அல்லது உறவினர் என எவரும் இல்லாதவர்கள், ஏழ்மையில் உழல்பவர்கள் என்ற பிரிவினராக இருக்கின்றனர்.

சில பொதுவான விஷயங்கள்:

ஒரு குறிப்பிட்ட வயதினைத் தாண்டி வசிக்கின்ற எல்லாரையும் முதுமை பீடிக்கின்றது.

முதுமையில் கணிசமானவர்கள் எதிர்கொள்ளும் சில பொதுவான பிரச்சினைகள்... குறிப்பாக:

மற்றவர்களால் உதாசீனப்படுத்தப் படுதல் – பொருளாதார ரீதியில் பிறரைச் சார்ந்திருக்கும் நிலை, தளர்ச்சியுறும் உடல்நலம் – குடும்பத்தினரிடமிருந்து தனிமைப்படுதல் – பிறரோடு ஒன்ற முடியாத நிலை – பிறர் பேச்சுக்கும் ஏச்சுக்கும் ஆளாகுதல் – வாழ்க்கையில் பிடிப்பின்மைத்தன்மை – சுவாரசியமின்மை அல்லது அலுப்பான சூழல் என்ற சில...

நல்லவேளையாக, முதுமை என்பது, ஒரே இரவில் ஒருவரை வந்து கட்டிப் பிடித்துக்கொள்ளப்போவது இல்லை.

எனவே, முதுமையை எய்தும் முன்னரே, தன்னை அதற்குத் தயார் படுத்திக்கொள்ளுதல் என்பது முக்கியம்.

அது தரக்கூடிய பிரச்னைகளை எதிர்நோக்க ஆயத்தப்படுத்திக் கொள்ளுதல் என்பதும் முக்கியம்.

தவிரவும், முதுமை யாரைப் பீடிக்கிறதோ அவர்களை மட்டுமல்ல, அவர்களைச் சுற்றி இருப்பவர் மீதும் தாக்கம் ஏற்படுத்தும்.

எனவே, முதுமையை எய்துபவர்கள் மட்டுமல்ல, அவர்களைச் சேர்ந்தவர்களும்கூட தம்மை, இந்தப் புதிய சூழலுக்கு தயார்ப்படுத்திக் கொள்ள வேண்டும்.

முதியோர் வசிக்கும் இடம் (பெருநகரம் அல்லது சிறுநகரங்கள் கிராமப்புறம்), அவர்களின் கல்வியறிவு, குடும்பச்சூழல், வாழ்க்கைத்துணை மற்றும் அவர்களது பிள்ளைகளின் படிப்பறிவு மற்றும் அவர்களது தொழில் என பல்வேறு காரணங்கள், அவர்களது உடல் நலம் மற்றும் மன நலம் ஆகியனவற்றுக்கு அடிப்படையாக இருக்கிறது.

முதியோர் எதிர்கொள்ளும் பிரச்னைகளை இரு முக்கிய பிரிவாகப் பிரிக்கலாம்.

முதல் பிரிவு... அவர்களது மூப்பு காரணமாக உடல் நலம் பாதிக்கப் படுத்தல், அது தொடர்பான பிரச்னைகள்.

இதன் காரணமாக, இவர்கள்... வெளியில் எங்கும் செல்ல இயலாமல் வீட்டில் சிறைவாசம்போல் முடங்கிக் கிடத்தல்,

வீட்டில் சிறுசிறு வேலை செய்ய இயலாமை,

மளிகை, கறிகாய் மற்றும் அத்தியாவசியப் பொருள்கள் வாங்க பிறரைச் சார்ந்திருத்தல், சமூகத் தொடர்பு அற்றுப் போகுதல்,

எழுதப் படிக்க இயலாமை உள்ளிட்ட பிரச்னைகள். இந்தப் பிரச்னைகள் அனைத்தும் உடல் சார்ந்தவை.

இவர்களைச் சுற்றி இருப்பவர்கள், அக்கறையோடு சிறு சிறு உதவிகள் செய்தால்கூட, ஓரளவு இப்பிரச்னைகளை முதியோரால் சமாளிக்க இயலும்.

ஆனால் அடுத்தது, இன்னும் சற்று முக்கியமானது. அவை மனம் சார்ந்த பிரச்சினைகள்:

பிறரைச் சார்ந்திருப்பது அவர்களால் உதாசீனப்படுவது, நிந்திக்கப்படுவது, பய உணர்வு, தனிமை உணர்வு போன்றவற்றால் அவதிப்படுவது, நேரத்தை உபயோகப்படுத்த இயலாமை, பொழுதுபோக்கின்மை மற்றும் வாழ்வில் சுவாரசியமின்மை போன்றவை ஏற்படுத்தும் மனஅழுத்தம் மற்றும் மனச்சோர்வு ஆகும்.

இவர்களது மிக மிக முக்கிய தேவை என்பது... அன்பு, ஆதரவு, கரிசனம், இன்சொல், கவனிப்பு போன்றவைதான்.

ஆனால், முதியோர் அனுபவிக்கும் பிரச்னைகளில் மிகக் கொடுமையானது, அவர்கள் அனுபவிக்கும் தனிமைதான்.

உதாரணத்துக்கு, ஒரு பெரிய நிறுவனத்தில் அல்லது கல்லூரியில் பலரோடு சேர்ந்து பணி செய்த ஒருவர், தனிமையில் பேச்சுத் துணைக்குக்கூட இன்றி இருப்பது... தன் மனதில் தோன்றும் கருத்துகளைப் பகிர்ந்துகொள்ளக்கூட எவரும் இல்லாது இருத்தல், தனது சுக துக்கங்களை மனம் விட்டுப் பேச முடியாது இருத்தல்... என்பன போன்றவை அவர்களைக் கொடுமைப்படுத்துகின்றன.

வேலைக்கார ஆள் அல்லது வீட்டுக்கு வரும் விற்பனைப் பிரதிநிதி ஆகியோரோடு மட்டுமே பேசக்கூடிய அவல நிலையில் இருக்கும் முதியவர்கள், இன்று சென்னை போன்ற பெரு நகரங்களில் ஏராளம்... வாரம் ஒரு நாளோ அல்லது மாதம் ஒரு நாளோ, அயல் நாட்டிலிருந்து வரும் தொலைபேசி அழைப்பு ஒன்றுதான், அவர்களுக்கு எங்கோ ஒரு மகன் அல்லது உறவினர் இருக்கிறார் என்பதற்கான ஒரே அடையாளம்.

தவிரவும், இவர்களின் இந்தப் பிரச்னைகளை பிறரோடு பகிர்ந்து கொள்ள முடியாதபோது, அவற்றுக்குத் தீர்வு என எதுவும் கண்ணில் தெரிவதுமில்லை.

நகரங்களோடு ஒப்பிடுகையில் கிராமங்களில் நெஞ்சில் கொஞ்சம் ஈரம் ஒட்டிக்கொட்டிருப்பது என்னவோ உண்மை.

வயோதிகர்களை, அவர்கள் தனிமையில் இருந்தால், அவர்களை வீட்டில் எட்டிப் பார்ப்பது, பேச்சுக் கொடுப்பது, சிறு சிறு உதவிகள் செய்வது என்ற பழக்கம் நம் கலாசரா ரீதியாக இன்னும் கிராமங்களில் மறையாமல் இருப்பது, சற்று ஆறுதலான விஷயம்.

ஆனால், பெருநகரங்களில், 'பக்கத்து வீட்டுக்காரரைத் தெரியாது' என்று கூறுவது பெருமைக்குரிய ஒரு போலி கௌரவம்.

இத்தகையப் பிரச்னைகளை எதிர்கொள்ளும் முதியோர்களின் பிரச்னையை அரசாங்கங்கள் அடையாளம் கண்டுகொண்டிருக்கின்றன.

அதனால்தான், சில சட்டரீதியான ஏற்பாடுகளை, குறிப்பாக,

- முதியோருக்கான மருத்துவ வசதிகள், ஓய்வூதியம் முதலியன தருவது.
- வயோதிகர்களின் பிற்கால தேவைக்கான சேமிப்பை அவர்கள் உழைத்து சம்பாதிக்கும்போதே, உறுதி செய்வது.
- முதியோருக்கு உதவ முற்படும் தன்னார்வத் தொண்டு நிறுவனங்களுக்கு ஊக்கம் மற்றும் சலுகைகள் தருவது.
- முதியோர் பிரச்னைகள், தீர்வுகள் குறித்த தகவல் திரட்டுதல் மற்றும் ஆய்வு ஆகியனவற்றுக்கு உதவி.
- ரயில் பிரயாணம் மற்றும் சேமிப்பு ஆகியவற்றில் சலுகைகள் போன்ற விஷயங்களில் நடவடிக்கை எடுத்திருக்கின்றன.

இத்தகைய சூழலில், முதியோர் படும் இன்னல் குறித்து சராசரி மனிதர்கள், என்ன செய்ய முடியும்?

''நாளை, நமக்கு முதுமை வரும்போது எந்தவகையில் நாம் நடத்தப் பட வேண்டும் என எதிர்பார்க்கிறோமோ அதேபோல, இன்று நம் முன் நடமாடும் முதியோரை நாம் நடத்த வேண்டும்'' என்ற கருத்தினை அனைவரும் மனத்தில் பதித்துக்கொள்ளும் போது, நம்மைச் சுற்றியுள்ள முதியோர், நமக்கு அந்நியர்களாகத் தெரியமாட்டார்கள்.

நாம் எங்கோ சந்திக்கும் ஒரு முதியவர் அல்லது மூதாட்டியின் உடல்நலம் விசாரிப்பதோ அல்லது பேச்சுக் கொடுப்பதோ கூட அவர்களுக்குப் பெரும் ஆறுதல் தரும்... அதுகூட முடியவில்லை என்றால் ஒரு சிறு புன்னைகைகூட அவர்களுக்கு நிம்மதி தரும்...

பெரும்பாலான முதியோர்கள் ஏங்குவது நிச்சயமாகப் பணத்துக்காக அல்ல...

அவர்களின் தேவை... கொஞ்சம் அன்பு, கரிசனம், நல்லதாக நான்கு வார்த்தைகள், முடிந்தால் கொஞ்சம் உதவி... அவ்வளவுதான்.

இதனைச் செய்யும் திறன் நம் எல்லாரிடமும் இருக்கிறது!

- தினமணி: 06.02.2016.

23
தவிர்ப்போம் தனிமனித வழிபாடு!

ஒரு ரயில்நிலையம் போன்ற பொதுஇடத்தில், ஒரு பெரும் சிந்தனையாளர், எழுத்தாளர், பல்லாயிரம் பேருக்கு வேலை தந்திருக்கும் தொழில் அதிபர், சிறந்த கண்டுபிடிப்புகளைக் கொடுத்த விஞ்ஞானி, ஏராளமான நல்ல மாணவர்களை உருவாக்கிய பேராசிரியர் போன்றோர் வருவதும் போவதும், அமைதியாக பிறர் அறியாது நிகழ்கின்றன.

ஆனால், அதே இடத்தில், திரைப்படத் துறையைச் சார்ந்த ஒருவர் வந்துவிட்டால், ஏதோ தெய்வம் நேராக வானிலிருந்து இறங்கி வந்து விட்டதுபோல பாவித்து அவரைச் சூழ்ந்துகொள்கிறது ஒரு கூட்டம்.

சில நிமிடங்களில் ஊரெங்கும் செய்தி பறக்கின்றது; கூட்டம் பெருங்கூட்டமாக மாறுகிறது; இது நாம் பல இடங்களில் கண்டிருக்கக் கூடிய காட்சி.

சினிமாத்துறையினரை நன்கு தெரிந்து வைத்திருக்கும் அளவுக்கு, இந்த நாடு, பெரும் நிர்மாணப் பணிகளை மேற்கொண்ட பொறியாளரையோ, சிறந்த விருதுகளைப் பெற்ற எழுத்தாளர்களையோ, திறமை மிகுந்த நிர்வாகிகளையோ அல்லது தமது வாழ்நாளில் கையூட்டு பெறாத அரசியல்வாதிகளையோ தெரிந்துவைத்திருக்கிறதா அல்லது கொண்டாடுகிறதா? அவர்களுக்குரிய அங்கீகாரத்தை சமூகம் தருகிறதா? எனும் கேள்விகள் எழுகின்றன.

மக்கள் தங்களுக்குத் தெரிந்தோ தெரியாமலோ, தனிமனித வழிபாட்டு மனோபாவத்துக்கு ஆளாகிவிட்டனர்; கல்வி மற்றும் அறிவியல் முன்னேற்றம் ஆகியனவற்றுக்கும் பின்னர்கூட இந்நிலை தொடர்கிறது என்பதனையும் மறுப்பதற்கில்லை.

இவற்றின் காரணமாக, பலருக்கும் வழிபாட்டு மனோபாவம் மனதில் ஊறிவிட்டது; கடவுள், மறுபிறப்பு போன்றவற்றை

கேள்விக்குட்படுத்திய புத்தர்கூட கடவுளாக்கப்பட்டார் என்பது ஒரு நகைமுரண் என்றே சொல்ல வேண்டும் .

'மாட்சியின் பெரியோரை வியத்தலும் இலமே; சிறியோரை இகழ்தல் அதனினும் இலமே' என்று புறநானூறு கூறுகிறது. இவற்றை நாம் மறந்து விட்டோமா? பிறரை அளவுக்கு அதிகமாகப் புகழுபவர், தம்மைத் தாமே தாழ்த்திக்கொள்ளும் ஒரு கேடான நிலைக்குத் தள்ளிக்கொள்கிறார் என்பதனையும் அவர்கள் நினைவில் கொள்ள வேண்டும்.

இத்தகைய மனோபாவத்தால், எந்த ஒரு நாடும் பெற்றதைவிட இழந்தது அதிகம், என்பதனையும் உணர வேண்டும்.

ஒரு தலைவரிடம் இருந்து உத்வேகத்தை பெறுவது என்பது வேறு; அது ஒருவரது வளர்ச்சிக்கு வழி வகுக்கக்கூடும். ஆனால், அது வழிபாடாக மாறக்கூடாது.

அதேபோல, மக்கள் மீது அன்பும் பாசமும் உள்ள தலைவர், மக்களிடம் வழிபாட்டு மனோபாவத்தை வளரவிடக்கூடாது; அது இரு சாராருக்கும் கேடு தரும்.

தம்மை தாழ்த்திக்கொள்வதும், பிறரை அளவுக்கதிமாக புகழ்தலும், போற்றுதலும், வழிபடுதலும் நம் குணாதிசியமாக, சமுதாயத்தின் குணாதிசயமாக மாற இடம் அளித்துவிட்டோமா எனும் ஐயம்கூட எழுகின்றது.

இந்தத் தனிமனித வழிபாட்டு மனோபாவம், யாரை பீடிக்கின்றதோ அவர்களது மெய்யான – நேர்மையான வளர்ச்சியைத் தடுக்கிறது; இக்கூட்டம் எண்ணிக்கையில் பெருகும்போது, அவர்கள் சார்ந்த சமுதாயத்தின் சராசரி அறிவும் குறைகின்றது.

அவர்கள் தங்களது சுயமரியாதையை இழக்கின்றனர்; ஒரு தொண்டன், தலைவரின் செயல்களை கண்மூடித்தனமாக ஏற்றுக் கொள்கிறான், அவரது தவறுகளை நம்ப மறுக்கிறான் அல்லது நியாயப் படுத்துகிறான். இது தவிர, பிற நல்ல சக்திகள் உதாசீனப்படுத்துகிறான், அவனுக்கு நடுநிலை என்ற கோட்பாடு அற்றுப்போய் விடுகிறது.

போற்ற வேண்டியவற்றைப் போற்றலாம், போற்ற வேண்டிய அளவுக்குப் போற்றலாம். அதனை விடுத்து, வழிபாட்டு மனோபாவப் புதைமணலில் ஒரு சமுதாயம் சிக்கினால் அது எங்கு கொண்டு போய் சேர்க்கும்?

இந்தப் பலவீனத்தை, அரசியல்வாதிகளும், தங்களின் உண்மை தோற்றத்தைவிட பெரிய பிம்பங்களை உருவாக்குபவர்களும் தவறாக பயன்படுத்திக்கொள்ள முடியும். இந்தத் தனி மனித வழிபாட்டின் பல வித வெளிப்பாடுகளில் ஒன்றாகத்தான் ஆதர்ச மனிதனாக நினைக்கும் திரைப்பட நாயகனைத் திரையில் மட்டுமல்ல, திரைக்கு வெளியிலும் பெரும் சாதனைகளை அனாயசமாக செய்து முடிப்பவர் என நம்புகிறான்.

இந்த வழிபடு மனோபாவத்துக்கு எதிர் விளைவாக ஜனநாயகத்தின் மீதே ஒரு சாரார் நம்பிக்கை இழக்கின்றனர். இந்த வழிபாட்டு மனோபாவத்தைத் தவிர்க்க என்ன நடவடிக்கைகளை முன்னெடுத்திருக்கிறோம்? இவற்றை யார் செய்ய முடியும்?

சிலசமயம் மிகச் சிறந்த ஆளுமைகள் அரசியல் வானில் நட்சத்திரம் போல் தோன்றுவது உண்டு, மக்கள் மெய்மறந்து அவர்களை வழிபடுவதும் உண்டு. இப்படி வழிபடப்பட்டவர்களில் முக்கியமானவரான நேரு இதனை எப்படிப் பார்த்தார்? என்ன செய்தார்?

அவர் தனிமனித வழிபாட்டினை ஊக்கப்படுத்தியவர் அல்லர்; ஒரு சமயம், வடஇந்திய நாளிதழில், ஒரு கட்டுரை 'சாணக்கியா' என்பவரால் எழுதப்பட்டது... 'தமக்கிருக்கும் அதீத செல்வாக்கு, புகழ் ஆகியவற்றால், நேரு ஒரு முடியாட்சி மன்னனைப்போல் சீசரைப் போல் செயல்படத் துவங்குவாரோ' என்று அஞ்சுகிறேன்; எக்காரணம் கொண்டும் அவர் அப்படி தம்மை நினைத்துக்கொள்ளக் கூடாது' என்று 'சாணக்யா' எழுதினார்.

சில நாட்கள் கழித்துத்தான் தெரிய வந்தது, 'சாணக்யா' என்ற பெயரில் எழுதியவர், ஜவஹர்லால் நேரு அவர்கள்தான் என்று.

இன்னொரு சமயம், பிரபல கேலிச்சித்திர ஓவியர் ஷங்கர் அவர்களின் ஓவியக் கண்காட்சிக்கு வருகை தந்த நேரு, 'என் மீது விமர்சனங்களைத் தவிர்க்க வேண்டாம், ஷங்கர்' (*Please, don't spare me Shankar*) என்று வருகையாளர் பதிவேட்டில் எழுதிவிட்டுச் சென்றார்.

இப்படித் தலைவர்கள், மக்களிடையே வழிபாட்டு மனோபாவம் வளராத அளவுக்கு, அதற்கு இடம் கொடுக்காதவர்களாக இருக்க வேண்டும்.

ஊடகங்களும், சில செய்திகளை, சம்பவங்களை, அவை தொடர்பான நபர்களை அவர்களது தகுதி, திறனுக்கு அதிகமாகப்

பெரிதாக்கிக் காட்டாமல் இருப்பதுவே, நாட்டுக்கு நல்லது. தனிமனித வழிபாட்டினால் ஏற்படக்கூடிய தீமைகளைப் பொதுமக்களுக்கு எடுத்துச் சொல்வதும் உண்மையான சேவையாக அமையும்.

தமிழகத்தைப் பொருத்தவரையில், தனி மனித வழிபாட்டில் பல காலம் சிக்கி, தற்போது மீளக்கூடிய வாய்ப்பினைப் பெற்றிருக்கிறது எனலாம்.

இந்தச் சூழலில், நம் மக்கள், 'தனி மனித வழிபாடு அவசியம்தானா?' என்பதனைத் தீவிரமாகச் சிந்திக்க வேண்டும்.

- தினமணி: 13.07.2017.

24
அரசும் மக்களும்

அண்மையில் ஊடகங்களில் ஒரு செய்தி வெளிவந்தது.

பல்வேறு அமைச்சகங்கள் மற்றும் துறைகளிடம் தாங்கள் முன்வைக்கும் விசாரணைகளுக்கு உரிய நேரத்தில் பதிலளிக்கப்படுவதில்லை என்று சில நாடாளுமன்ற உறுப்பினர்களிடம் இருந்து சில புகார்கள் வந்துள்ளன.

எனவே, 'எம்.பி.க்களின் கேள்விகளுக்கு கடிதம் கிடைக்கப்பெற்ற 15 தினங்களுக்குள் பதிலளிக்குமாறு தங்கள் துறையினரை சம்பந்தப்பட்ட அமைச்சர்கள் அறிவுறுத்த வேண்டும். கேள்விகளுக்கு, உடனடியாக பதிலளிக்க முடியாவிட்டாலும், எப்போது பதில் அளிக்க முடியும் என்ற விவரத்தையாவது, சம்பந்தப்பட்ட எம்பிக்களுக்கு அரசுத்துறையினர் தெரியப்படுத்த வேண்டும். அப்போதுதான், எம்பிக்களுக்கு தங்கள் விசாரணைகள் கவனிக்கப்படுகின்றன என்பது தெரியும்' என்ற செய்தியே அது.

சட்டத்தை இயற்றக்கூடிய இடத்தில் இருப்பவர்கள் அரசாங்கத்தை உருவாக்கவும், நடத்தவும் தேர்ந்தெடுக்கப்பட்டவர்கள், அரசைக் கேள்வி கேட்கவும் உரிமை பெற்றவர்கள், மக்களின் பிரதிநிதிகளின் நிலையே இது எனும் போது, சாதாரண பிரஜையின் நிலையைக் கவலையோடு எண்ணிப் பார்க்காமல் இருக்க முடியவில்லை.

சாதாரணமாக எடுத்துக்கொள்ளக்கூடிய செய்தி அல்ல இது. புரையோடிக்கொண்டிருக்கும் ஒரு அமைப்பின் வெளித்தோற்றம் இது.

Tip of the iceberg என சொல்லுவார்களே, அதனோடு ஒப்பிட முடியும். நிர்வாகம் எந்த அளவுக்கு அலட்சியம் மற்றும் உதாசீனப்போக்குடன் தங்களை யாரும் எதுவும் செய்துவிட முடியாது என்ற உணர்வுடனும் மக்கள் வரிப்பணத்தில் மக்களுக்கு உழைக்க இருக்கிறோம் என்ற நினைவே இல்லாதும், இருப்பதற்கான அடையாளமே இது .

ஒரு பள்ளியின் தலைமை ஆசிரியர், அப்பள்ளியின் மாணவர்கள் மற்றும் இதர ஆசிரியர்களின் செயல்பாட்டுக்குப் பொறுப்பாகிறார். பள்ளியின் நிர்வாகத்துக்குப் பதில் சொல்லும் கடமைப்பட்டிருக்கிறார்.

ஒரு பெரிய தொழில் நிறுவனம் என வரும்போது, அதனது, செயல்பாடுகள் லாபம், வளர்ச்சி, தொலைநோக்குத் திட்டங்கள், போட்டிகளை எதிர்நோக்குதல், சமாளித்தல் போன்றவை அதனது மேலாண் இயக்குனரது கடமை ஆகிறது.

அந்த நிறுவனம் குறித்த அதிகாரங்கள் அவரிடம் ஏராளமாக இருந்தாலும், முடிவுகள் எடுக்கவும் செயல்படுத்தவும் அதிகாரம் வழங்கப்பட்டிருந்தாலும்கூட அவர், அந்த நிறுவனத்தின் பங்குதாரர்களுக்குப் பதில் சொல்லும் கடமைப்பட்டிருக்கிறார்.

மிக உயர்ந்த பதவியில் இருப்பதனால், அவர் ‘நான் இவர்களுக்கு பதில் சொல்ல முடியாது’ என சொல்ல முடியாது; அவருக்குரிய பொறுப்புக்களை தவிர்க்க முடியாது; பங்குதாரர்களுக்குப் பதில் சொல்லும் பொறுப்பினைத் தட்டிக்கழிக்க முடியாது.

பொறுப்பு வகிக்கும் எல்லாருக்கும் ஒரு பொறுப்புடைமை ACCOUNTABILITY இருக்கிறது; அதை எவரும் தவிர்க்க இயலாது; தவிர்க்கவும் கூடாது.!

நாம், நமது சார்பாகச் செயல்படுவதற்காகப் பிரதிநிதிகளை தேர்ந்தெடுக்கின்றோம்; அவர்களுக்கு, நம் சார்பாகவும் நமக்காகவும் செயல்படுவதற்கான சில அதிகப்படியான அதிகாரத்தினை உரிமைகளை வழங்குகின்றோம்.

ஆனால், உரிமையைப் பெற்றவர்கள் தங்களை முதல்தரக் குடிமக்கள் என்றும் ஏனையோர் இரண்டாம்தரக் குடிமக்கள் என்ற உணர்வை பெறுவதும் வினோதமான ஒன்று.

இத்தகைய மனோபாவம், நமது வரிப்பணத்தில் ஊதியம் பெறும் நிர்வாகத்திடமும் இருப்பதை பார்க்கும்போது வேதனையாக இருக்கிறது.

நமது பிரதமர், இந்தியாவின் ‘பிரதம சேவகர்’ என தம்மை அறிவித்துக்கொண்டார்; ஆனால், எத்தனை அதிகாரிகள் அந்த உணர்வோடு மக்களுக்குப் பணிசெய்கிறார்கள்; அவர்கள், மக்களின் எஜமானர்கள் என்ற மனோநிலையில் இருந்து மாற்ற வேண்டிய பொறுப்பு அரசாங்கத்துக்கு இருக்கிறது.

இன்று எம்பிக்களுக்கு ஏற்படும் நிலையைப் பார்க்கிறோம்; சாதாரண மனிதன் தமக்காகச் செயல்பட வேண்டிய நிர்வாகத்திடம் இருந்து ஒரு தகவலைப் பெறுவதற்கு, தகவல் அறியும் உரிமைச் சட்டம் என்ற ஒன்றை பிரயோகிக்கும் நிலைகூட எழுகிறது.

அந்த அஸ்திரம்கூட, பல சமயங்களில், வெகு அற்ப காரணங்களைக் காட்டி மறுக்கப்படுவதையும் பார்க்கிறோம் – அனுபவிக்கிறோம்.

எம்.பி.க்கள் தகவலைப் பெறுவதற்கே இவ்வளவு சிரமம் என்றால், ஒரு அரசு அலுவலகத்துக்குள் சென்று அது மத்திய அல்லது மாநில அரசு அலுவலமாக இருக்கட்டும் – ஒரு சான்றிதழையோ, அல்லது ஒரு அரசாங்க ஒப்புதலையோ, ஒரு சாதாரண மனிதன் சாமான்யமாகப் பெற்று விடமுடியுமா? ஓய்வூதியம் பெற முதியோர் படும் தொல்லைகள், தொழில் முனைவோர்படும் இன்னல்கள் என அடுக்கிக்கொண்டே போகலாம்.

இந்த நிலைக்குப் பல காரணங்கள் இருக்கலாம். ஒரு முக்கிய காரணம், நாம் பிரிட்டிஷாரிடம் இருந்து சுவீகரித்த நிர்வாக அமைப்புதான்; பிரிட்டிஷ்காரர்கள் வைத்திருந்த அமைப்பு, இந்திய மக்களுக்குச் சேவை செய்யும் அமைப்பு அல்ல.

அது பிரிட்டிஷ் அரசாங்கத்துக்கு விசுவாசமான அமைப்பு; அவர்கள், தங்களது சுய லாபத்துக்காக வைத்திருந்த நிர்வாக அமைப்பு. அது கிஞ்சித்தும் மாற்றப்படாத நிலையில் இருப்பதால், இன்றும் நிர்வாகம் மக்களின் எஜமானர்கள் என்ற நினைவோடு செயல்படுவதைக் காண முடிகிறது.

சுற்றறிக்கை அனுப்பி நிர்வாகத்தை எம்.பி.க்களுக்கு உரிய மரியாதையை தரச் செய்வது என்பது தீர்வு ஆகாது... நிர்வாகத்தின் இத்தகைய மனோபாவம் என்பது ஒரு 'விளைவு' (EFFECT). இந்த மனோபாவம் எழுவதற்கான காரணங்கள் (causes) கண்டறியப்பட்டு களையப்பட வேண்டும். நிர்வாகமும் அரசாங்கமும் மக்களுக்காகச் செயல்படும் என்ற நிலை வர வேண்டும்.

இந்நேரத்தில், முப்பது ஆண்டுகளுக்கு முன்னர், ரொனால்டு ரீகன் அமெரிக்க ஜனாதிபதியாகப் பதவி ஏற்கும்போது கூறிய வாசகங்களை நினைவுகூர்வது சாலப் பொருத்தம் ஆகும்.

ரொனால்டு ரீகன் சொன்னார்: "நமது நாடு, ஒரு அரசாங்கத்தைக் கொண்ட நாடு; ஆனாலும் அது மற்ற நாடுகளில் இருந்து வேறுபட்டு சிறப்புப் பெற்று இருக்கிறது.

காரணம், நமது அரசு, மக்களால் வழங்கப்பட்ட அதிகாரத்தைத் தவிர வேறு எந்த அதிகாரத்தையும் தன்னகப்படுத்திக்கொள்ளாத அரசு; இப்போதும்கூட, நமக்கு ஒரு கடமை இருக்கிறது. அது என்னவெனில், அரசுக்கு மக்கள் வழங்கிய அதிகாரத்தைவிட அதிக அதிகாரங்களை இந்த அரசு எடுத்துக்கொண்டிருக்கிறதா என்று பரிசீலிக்க வேண்டும். அப்படி அதிகப்படியான அதிகாரத்தை அரசு எடுத்துக்கொண்டிருக்குமாயின், அந்தப் போக்கினை உடனடியாகத் தடுத்து, முந்தைய நிலைக்கு மாற்றியமைக்க வேண்டிய கட்டாயம் நமக்கு இருக்கிறது. இந்த அரசாங்கத்தினை உதாசீனப் படுத்துவதோ, ஒதுக்குவதோ நமது நோக்கம் அல்ல.

நமது நோக்கம், அரசாங்கத்தை மக்களுடன் இணைந்து செயலாற்ற வைப்பது மக்களை மீறி செயல்பட வைப்பதல்ல.

நமது நோக்கம், அரசாங்கம் மக்கள் பக்கத்திலே நின்று செயல்பட வேண்டும் என்பதே – மக்கள் முதுகின் மீது சவாரி செய்வதல்ல!'' என்றார்.

நம் நாட்டுக்கும் மிகவும் பொருத்தமான வார்த்தைகள் இவை!

- தினமணி: 10.02.2017.

25

இணைந்தால் தவறில்லை!

பெங்களூரு பேருந்து நிலையத்தில், கர்நாடக மாநிலப் பேருந்துகள் வந்து நின்றதும், கூட்டம் திபுதிபுவென அதனை நோக்கி ஓடுவதைப் பார்க்க முடியும். அடுத்த நடைமேடையில், தமிழகப் பேருந்துக் கழகத்தின் ஊர்திகள், கேட்பாரற்று நிற்பதனையும், நடத்துனர் கூவிக்கூவி அழைப்பதையும் பார்க்க முடியும்.

பேருந்தின் பராமரிப்புக் குறைபாடு உடலுக்கு அயர்ச்சி ஏற்படுத்துவதாகவும், காலம்தாழ்த்துதல் காரணமாகவும், தமிழகப் பேருந்துகளைப் புறக்கணிப்பதைப் பார்க்கிறோம். கட்டணம் கூடுதலாக இருப்பினும்கூட, பிற மாநிலப் பேருந்துகளை மக்கள் நாடுவதன் காரணம் புரிகிறது.

நாற்பது வருடங்களுக்கு முன்னர், இந்தியாவிலேயே தலை சிறந்த பேருந்துத் துறை, தமிழகத்தினைச் சார்ந்தது என்பதை நம்ப முடிகிறதா?

அப்போது, அத்துறையில் பெரும் மாறுதல் நிகழ்ந்தன. குறிப்பிட்ட எண்ணிக்கைக்கு மேல் இருந்த தனியார் பேருந்துகள் தேசமயமாக்கப் பட்டன. மேலும்,போக்குவரத்துத்துறை நிர்வாக வசதிக்காக மண்டல வாரியாக, தனித்தனி *profit centers* என்ற அடிப்படையில் பிரிக்கப் பட்டன, அதன் மூலம்,எளிமையான நிர்வாகம், ஆரோக்கியமான போட்டி ஏற்படுத்தப்பட்டன.

நிர்வாகமும் மக்களின் தேவைகளை அறிந்து பல ஊர்களுக்குப் போக்குவரத்து வசதி செய்யப்பட்டது. இதுதவிர, பேருந்து வடிவமைப்பு, எரிபொருள் சிக்கனம், உபரிப் பொருள் தேய்மானக் கட்டுப்பாடு, உபரி பொருட்கள் வாங்குதல் போன்றவற்றில் சீரமைப்பு, நிர்வாகத்தில் தொழிலார்களுக்கும் இடம், ஓட்டுநர் – நடத்துனர் ஆகியோருக்கு செவ்வனே பணி செய்ய ஊக்கம், விபத்துகள் நடக்காமல் கண்காணிப்புப் போன்றவையும் இருந்தன.

தவிரவும், ஐ.ஐ.டி. மற்றும் இந்திய நிர்வாகக் கல்லூரி (Indian administrative staff college), போன்ற அமைப்புகளின் ஆலோசனை பெறப்பட்டும், ஜப்பானின் போக்குவரத்துத் துறையின் சிறந்த அம்சங்கள் முன்மாதிரியாகக் (benchmark) கொள்ளப்பட்டு அவற்றை எட்ட முயற்சி மேற்கொள்ளப்பட்டன.

சுருக்கமாகச் சொல்வதென்றால், ஒரு பொறியியல் சார்ந்த சேவைத்துறை, சிறந்த தொழில் முறை அணுகுமுறையோடு நிர்வகிக்கப் பட்டது. இதனால், பயணிகள், தொழிலாளர்கள், நிர்வாகமும் ஒருங்கே பயன் பெற்றனர்; அனைத்துத் தரப்பினரும் திருப்தியும் கொண்டனர்.

அதே போல, இன்னொரு சேவைத்துறையைக் கூட உதாரணமாகப் பார்க்கலாம்...

சில ஆண்டுகள் முன்வரை கடவுச்சீட்டு (பாஸ்போர்ட்) வழங்குவதனை மத்திய அரசு தன்னுடைய நேரடிக் கட்டுப்பாட்டில் வைத்திருந்தது. விண்ணப்பப் படிவம் வழங்குதல், ஆய்வு செய்தல், விண்ணப்பதாரரின் பின்னணி விசாரணை குறித்து காவல்துறையுடன் ஒருங்கிணைப்பு, கடவுச்சீட்டு அச்சிடுதல், விநியோகம் போன்றவற்றை அரசே செய்து வந்தது.

அப்போதெல்லாம், கடவுச்சீட்டு வாங்குவதற்கு, ஆறு மாதம்கூட ஆகும். தவிரவும், இடைத்தரகர்களின் ஆதிக்கமும் நிறைய இருந்தது.

இப்போது, இப்பணியில் பெருமளவு தனியார்வசம் அரசு கொடுத்திருக்கிறது, காவல்துறை ஒருங்கிணைப்பு – கடவுச்சீட்டு உத்தரவு போன்றவற்றைத் தவிர, பெரும்பாலானவற்றை தனியார்வசம் ஒப்படைத்ததனால், தற்போது, அதிகமான பாஸ்போர்ட் குறுகிய காலத்தில்,தொந்தரவின்றி வழங்கப்படுகிறது.

இரு வாரங்களுக்குள் கடவுச்சீட்டு பெற முடிகிறது. இடைத்தரகர்கள் அறவே நீக்கப்பட்டிருக்கின்றனர். அரசின் சுமையும் குறைந்து, உபயோகிப்பாளரின் பலனும் கூடுகிறது.

இந்த இரண்டு விஷயங்களும் நமக்குச் சில படிப்பினைகளைப் புலப்படுத்துகின்றன.

ஒன்று: அரசு, தனது நிர்வாகத்தில், அக்கறையும், சரியான அணுகுமுறையையும் கையாண்டால், தமிழகப் போக்குவரத்துத் துறை ஒரு காலத்தில் நிர்வகிக்கப்பட்டதைப்போல எல்லாத் தரப்பினரும் பயன்பெறும் வண்ணம் நிர்வகிக்க முடியும்.

இரண்டு: அரசு சேவைத் துறை சரிவர இயங்க வில்லை என்றால், கடவுச்சீட்டுத் துறையில் செய்ததுபோல, தனியார் துறையினரின் உதவியோடு, சிறந்த சேவையை அளிக்க முடியும்.

இவை மேலும் சில கேள்விகளை நமது மனத்தில் ஏற்படுத்துகின்றன.

அரசுத்துறையில் நிர்வாகத்திறமை மங்கிவிட்டதா? அல்லது அதற்குரிய முனைப்பு மழுங்கி விட்டதா? மேலும், அரசின் நிர்வாகத் திறமையின்மைக்குச் சாமான்ய மனிதன் ஏன் தனது பணத்தை வீணடிக்க வேண்டும்?

தொழில்முறை சார்ந்த அணுகுமுறை ஏற்படுத்தப்படவில்லை என்றால், அதனை ஏற்படுத்த வேண்டியது அரசின் பொறுப்பு அல்லவா? அது இயலாத பட்சத்தில், அரசு, சில துறைகளை தனியார்வசமோ, அல்லது தனியார் துணையுடன் செயல்படுத்துவதுதான் நன்மை பயக்கும்.

அதேபோல, சேவைத்துறையில் பணிபுரிபவர்களுக்கு இருக்க வேண்டிய சேவை மனப்பான்மையும், கனிவும் இல்லை யென்றால், அத்துறை எதற்காக அரசு வசம் இருக்க வேண்டும்?

கடவுச்சீட்டு வழங்கும் நடைமுறையைப்போல, ஒரு சில துறைகளில் மட்டுமாவது, அரசு, தனியார் துறையோடு இணைந்து செயல்படலாம்.

குறிப்பாக, போக்குவரத்துத்துறையில், ஓட்டுநர் உரிமம் வழங்குதல், புதுப்பித்தல், வாகனப்பதிவு மற்றும் பத்திரப்பதிவுத்துறை, ரேஷன் அட்டை வழங்குதல், புதுப்பித்தல், விவசாயிகளுக்கு மான்யம், முதியோர் ஓய்வூதியம் வழங்குதல், பிறப்பு, இறப்புச் சான்றிதழ் அளித்தல் என மக்களுடன் நேரடித் தொடர்புடைய துறைகளில், தனியாரோடு இணைந்து பணிச் சுமையை குறைத்துக்கொள்ளலாம்.

அப்போது, சேவை துரிதமடையும், இடைத் தரகர்கள் அகற்றப் படுவர். அரசு இதனை பரீட்சார்த்த முறையிலாவது, சில மாவட்டங்களில் செய்து பார்க்கலாம்.

நிர்வாகம் தொடர்பான, அரசின் சுமை குறையும்போது, நிச்சயம் மக்களுக்குப் பலன் பெருகும்!

- தினமணி: 29.03.2017.

26
சீரமைப்பு செய்ய வேண்டிய நேரம்

காவல்துறை சட்டங்கள் பிரிட்டிஷ் அரசு 1861ல் உருவாக்கியவை. மக்களின் நலனை விட, அரசின் நலன், அதிகாரம் ஆகியவற்றுக்காகவே செயல்பட்ட இத்துறை, நகைமுரணாக, சுதந்திரத்துக்குப் பின்னரும் மாற்றங்கள் அதிகமின்றி, மாநில அரசாங்கங்களுக்கு மிகவும் கட்டுப்பட்ட அமைப்பாக இருக்கிறது. மக்களுக்கும், இத்துறைக்கும் இடையே பெரும் நம்பகத் தன்மை இடைவெளி நிலவுகிறது.

இந்தத் துறை குறித்த ஒரு பிரச்னை சற்று வித்தியாசமானது: இத்துறையினருக்கு வழங்கப்படும், அதிக சுதந்திரம் இந்தத் துறையினரை அதிகார துஷ்பிரயோகம் செய்ய அனுமதிக்கிறது என்ற குற்றச்சாட்டு ஒருபுறம்; இவர்கள் மீதான அரசின் அதீத கட்டுப்பாடுகள், போலீசாரை கருவியாகக் கொண்டு, அரசே அதிகார துஷ்பிரயோகம் செய்ய முகாந்திரமாக அமைகிறது என்ற குற்றச்சாட்டு மறுபுறம்.

நெருக்கடிநிலையின்போது காவல்துறை சார்ந்த ஏராளமான அத்துமீறல்கள் நிகழ்ந்தன; அந்த அடிப்படையில், பின்னர் ஜனதா கட்சியின் ஆட்சியில், இது குறித்து ஆய்வு செய்யவும், இவை போன்ற துஷ்பிரயோகங்களைத் தடுக்க வழி வகை செய்யவும், 'தேசிய போலீஸ் ஆணையம்' (National Police Commission) அமைக்கப்பட்டது.

இந்த ஆணையத்தின் சிபாரிசுகள் முழுமையாக சமர்ப்பிக்கப்படு முன்னர், மீண்டும் காங்கிரஸ் ஆட்சிக்கு வந்ததால் இந்த ஆணையத்தின் உத்தரவுகள் செயலாக்கப்படுவதில் பெரும் தொய்வு ஏற்பட்டது.

இந்த தேசிய போலீஸ் ஆணைய ஆவணத்தில் குறிப்பிடப்பட்ட சில முக்கிய விஷயங்களைக் கவனிப்போம்:

மாநில பாதுகாப்பு ஆணையம் அமைத்தல்: போலீஸ் இலாகா மந்திரி, தேர்ந்தெடுக்கப்பட்ட சட்டசபை உறுப்பினர் இருவர், நீதித்துறை, மற்றும் அரசு நிர்வாகத் துறைகளில் இருந்து ஓய்வு

பெற்றவர்கள், மக்களால் பெரிதும் மதிக்கப்படும் பிரமுகர் சிலர் அடங்கிய குழு சட்ட ரீதியாக அமைக்கப்பட வேண்டும்.

இந்த மாநில பாதுகாப்பு ஆணையம் சுதந்திரமாகவும் வெளிப்படையாகவும் செயல்பட வேண்டும் என்றும், இதன் உறுப்பினர்கள் பாரபட்சமின்றி தெரிவு செய்யப்பட வேண்டும் எனவும், போலீஸ் இலாகா மீது தேவையற்ற அழுத்தங்கள், நெருக்கடி ஆகியன ஏற்படாமல் இருப்பதனை உறுதி செய்யும் வகையிலும் செயல்பட வேண்டும்.

இருப்பினும், அவை பெருமளவில் ஏட்டளவிலேயே இருந்தன.

இந்நிலையில், 1996ல் போலீஸ் துறையில் சீரமைப்புகள் குறித்து, உச்ச நீதிமன்றத்தில் வழக்குத் தொடரப்பட்டது. மத்திய அரசும் 'ரிபெரியோ கமிட்டி (1996)', 'பத்மநாபா கமிட்டி(2000)', 'சோலி சோரப்ஜி கமிட்டி (2006)' எனப் பல்வேறு கமிட்டிகளை நிறுவியது. கமிட்டிகளின் சிபாரிசுகள், கொள்கை அளவில், 'தேசிய போலீஸ் ஆணைய'த்தின் கட்டளைகளைப் பெருமளவு ஒட்டியே அமைந்தன.

'மாநில பாதுகாப்பு ஆணையம்' உள்ளிட்ட போலீஸ் இலாகா சீர்திருத்தங்கள் என்பன இந்த கமிட்டிகள் – உச்சநீதிமன்றம் – தேசிய போலீஸ் ஆணையம் ஆகியவற்றின் பொதுவான கருத்தாக இருந்தது.

ஆனாலும், மாநில அரசாங்கங்கள் தங்களது நிலையினைக் கணிசமாக மாற்றிக்கொள்ளவில்லை; அதற்கான முக்கிய காரணங்கள்:

போலீஸ் இலாகாவின் செயல்பாடுகளுக்குத் தேர்ந்தெடுக்கப் பட்ட அரசு பொறுப்பாக இருக்கும்போது, அதன் நிர்வாகத்துக்கும் கண்காணிப்புக்கும் அரசு மட்டுமே அதிகாரம் பெற்றிருக்க வேண்டும் என்றும் அதனை வேறு பிற அமைப்புகளுடன் பகிர்ந்துகொள்ள முடியாது என மாநில அரசுகள் கருதியதால், எந்தவித முன்னெடுப்பும் நிகழவில்லை.

போலீஸ் இலாகாவின் தலைவர், அரசால் அன்றி சிலர் அடங்கிய ஒரு உயர் மட்ட குழுவால் தேர்ந்தெடுக்கப்பட வேண்டும் என்பது, அரசுகளால் ஏற்க முடியாத ஒன்றாக இருந்தது; தனக்கு இணக்கமான ஒருவரை தேர்ந்தெடுக்கும் வாய்ப்பு அரசுக்கு இல்லாத நிலை உருவாவதை அரசாங்கம் விரும்பவில்லை.

பணியிட மாற்றம் குறித்த அதிகாரம் அரசின் கைகளில் இருந்து விடுபடுவது, போலீஸ்துறையின் மீது தரப்படும் புகார்களை

கவனிக்கத் தனி அமைப்பு என்பதுவும் அரசால் தங்களது அதிகாரக் குறைவில் முடியும் எனக் காணப்பட்டதால், இந்த அமைப்புக்களும் ஏற்படுத்தப்படவே இல்லை.

வெளிப்படைத்தன்மை, பொறுப்புடைமை (Transparency & Accountability) ஆகியன ஏற்படும் வாய்ப்பிருப்பினும், தேர்ந்தெடுக்கப்பட்ட அரசு மட்டுமே இத்துறையின் மீது நேரடி அதிகாரம் செலுத்த வேண்டும் என்று நிலைப்பாட்டினை மாநிலங்கள் மாற்றிக்கொள்ளவில்லை.

போலீஸ்துறையில் செய்யப்படும் எந்த மாறுதல்கள் அரசாங்கத்தின் அதிகாரத்தினை குறைப்பதாக அமையும் என்ற கருத்தும், தற்போதிருக்கும் நிலை(status quo) தொடருவதே அரசுக்கு சாதகம் என்பதாலும், சீர்திருத்தங்கள் குறித்து அரசு பெரும் அக்கறை காட்டவில்லை.

பல்வேறு மாநிலங்களின் நிலை இவ்வாறிருக்க, ஏ.கே. அந்தோணி அவர்களின் தலைமையிலான கேரளா அரசு முழு மனதோடு இத்துறையை சீரமைக்க 2001ஆம் ஆண்டு சில முக்கிய நடவடிக்கைகளை எடுத்தது.

'போலீஸ் இலாகாவுக்கு, பெருமளவு நிர்வாக சுதந்திரமும்– அரசியல் தலையீடுகள் அற்ற ஒரு சூழலும் ஏற்படுத்தப்பட்டது; போலீஸ் துறையில் அரசியல் தலையீடு அற்ற நிலை இருக்கும்' என்ற அறிவிப்பினை அரசே வெளியிட்டது.

அரசியல் கட்சிகளுக்கு மெய்யான கட்டுப்பாடு விதித்தது. இதன் மூலம், போலீஸ்துறை எந்த அரசியல் தலையீட்டிற்கும் நெருக்கடிக்கும் ஆளாகாத நிலை ஏற்படுத்தப்பட்டது;

மேலும், துணைக் கண்காணிப்பாளர் நிலைக்குக் குறைவான பதவிகளுக்கு, தேர்வு, பணியாணை, பணியிட மாற்றம், பணி உயர்வு, நிர்வாக நடவடிக்கைகள், புகார் பரிசீலித்தல், தண்டனைகள் போன்றவை, போலீஸ் இலாகாவின் தலைமையால் கையாளப்படும் என்றும், அவற்றில் அரசியல் குறுக்கீடுகள் இருக்காது என்றும் உறுதி செய்யப்பட்டது.

இந்நடவடிக்கை, போலீஸ்துறையில் ஒரு முக்கிய மைல்கல் முடிவாக கருதப்பட்டது; சட்ட அந்தஸ்து தரப்படாவிட்டாலும், செயலளவில் இந்த ஏற்பாடு சிறப்பாக இருந்தது.

மேலும், போலீஸ்துறைக்கு அளிக்கப்பட்ட நிர்வாக சுதந்திரம் சரிவர பலனளிக்கின்றதா என்பது குறித்து ஆராயவும், போலீஸ்

இலாகாவின் செயல்பாடுகளை மேம்படுத்தவும், இத்துறையினரது நடவடிக்கைகளுக்கு அவர்களைப் பொறுப்பாக்குவதும் குறித்து ஆராய, போலீசார் செயல்பாடு மற்றும் பொறுப்புடைமை ஆணையம் *(Police Performance and Accountability Commission)* என்ற அமைப்பு உருவாக்கப்பட்டது.

ஆனாலும், 2004ல் அந்தோணி, பதவி விலகியதும் இந்த போலீஸ் துறை நிர்வாகச் சீரமைப்பு குறித்த பரிஷார்த்தமும் முடிவுக்கு வந்தது .

இருப்பினும், அரசுக்கு உறுதி – Political will – இருப்பின், போலீஸ் துறையில் சீரமைப்பு முயற்சிகள் வெற்றி பெறும் என்பதற்கு இது ஒரு முன்னுதாரணம், மற்ற மாநிலங்கள் பின்பற்ற வேண்டிய ஒன்றாகும்.

போலீஸ் இலாகா சீரமைப்பு என்பது அத்துறை சிறப்பாகச் செயல்பட உதவுவது மட்டுமல்ல; அதனைவிட, தனிமனிதனின் சுதந்திரம், பாதுகாப்பு, அடிப்படை மனித உரிமைகளை உறுதி செய்யும்; இன்னொரு புறம், மாநிலங்கள் தங்கள் உரிமைகளைத் தக்க வைத்துக்கொள்ள உதவும் ஒரு முக்கிய செயல்பாடு ஆகும்.

எனவே, இவை குறித்த விவாதங்களை அரசியல் கட்சிகள், தொலைகாட்சிகள், பத்திரிகைகள், தன்னார்வ அமைப்புகள் ஆகியன நடத்த முற்படுவது மக்களிடம் விழிப்புணர்வையும், சீர்திருத்தம் குறித்து அரசின் மீது அழுத்தத்தையும் ஏற்படுத்தி நற்பயனளிக்கும் என நம்பலாம்.

- **தினமணி:** *16.10.2017.*

27

பிழைகள் மறைக்கப்பட வேண்டியவை அல்ல!

பிழைகள் எதுவுமே இல்லாமல் எந்தச் செயலையாவது செய்ய முடியுமா?

ஒருவர், பல பணிகளைச் செய்யும்போது, ஏதேனும் சில பிழைகள் ஏற்பட வாய்ப்பு உள்ளது. ஆனால், பிழைகளை இழைத்து விடுவோமோ என அஞ்சி, எந்தச் செயலையும் செய்யாமல் இருப்பதுதான் பெரும்பிழையாக அமையும்.

தனி மனிதராக மட்டுமல்ல, பலர் இணைந்து செய்யும் செயல்களிலும், சரியான ஒருங்கிணைப்பு கூட்டுமுயற்சி ஒற்றுமை, இவற்றுள் ஏதேனும் குறைவுபடும்போது, தவறுகள் எற்பட வாய்ப்பு உள்ளது. ஆனால், கவனிக்கப்பட வேண்டிய விஷயம், தவறுகளில் இருந்து பிழைகளில் இருந்து பாடம் படிப்பினைக் கற்றுக் கொள்வதுதான்.

இதற்கு இரண்டு படிக்கட்டுக்களாக அமைவது, 'உள்ளதை உள்ளபடி' அங்கீகரிக்கும் பழக்கம், இரண்டாவது எந்த தவறுகளையும் 'மூடி மறைக்காமல் இருப்பது'. *Call a Spade a Spade* என்றும், *Do Not Sweep Something Under the Carpet* என்றும் ஆங்கிலத்தில் சொல்லப்படுவது உண்டு.

எந்த ஒரு விஷயத்தையும், மிகைப்படுத்தியோ அல்லது மட்டுப் படுத்தியோ, கூறுவதன் மூலம் அல்லது அணுகுவதன் மூலம், நமக்கு நாம் உதவி செய்து கொள்வதில்லை. மாறாக, அந்தப் பிரச்னையின் வீரியத்தை அதிகப்படுத்தியோ குறைத்தோ, அப்பிரச்னையை சரிவர கையாளும் வாய்ப்பைத் தவறவிடுகின்றோம்.

இத்தகைய பழக்கத்தின் நீட்சியாக, சில விஷயங்களை மறைப்பது அல்லது அங்கீகரிக்க மறுப்பது எனும் வழக்கமும் நம்மிடம் இருக்கிறது.

தவறுகளை, பிழைகளை மூடி மறைக்காமல் ஒப்புக்கொள்ளும்போது உள்ளதை உள்ளபடி பார்க்கும்போது, அவற்றிலிருந்து நாம் படிப்பினைகளைக் கற்றுக்கொள்ள முடியும். பிழைகளை இழைப்பதனைவிட, அவற்றிலிருந்து பாடம் கற்றுக்கொள்ளாமல் இருப்பதும் பெரும் தவறாகும்.

ஏவுகணைகளை விண்ணில் செலுத்தும்போது, விஞ்ஞானிகள், அதன் பாதையை – பயணத்தைத் தொடர்ந்து இடைவிடாது கண்காணித்து வருவார்கள்; அதன் பாதையில் திட்டமிடப்படாத சிறு மாறுதல் ஏற்படும்போது (course correction) அதனது பயணம் சரியான திசைக்கு மாற்றப்படும்; சற்று யோசியுங்கள், விஞ்ஞானிகள் குழு, ஏவுகணை திசைமாறிச் செல்லுகிறது என்பதனை ஏற்க மறுத்தால் அல்லது மூடி மறைத்தால் என்னவாகும்?

ஒரு பெரும் நிர்மாணப் பணியின் களநிலை குறித்த ஆய்வு நடத்தும்போது, அதில் ஏற்பட்டிருக்கும் தாமதத்தை, குறைபாடுகளை ஏற்க மறுத்தால் என்னவாகும்? பல கோடி பொருள் இழப்பும் உழைப்பின் விரயமும் ஏற்படும்.

பெரிய தனியார் நிறுவனங்கள் தங்களது நிர்மாணப் பணிகள் – கட்டுமானப் பணிகள் போன்றவற்றில் ஈடுபடும்போது, தவிர்க்கப் பட்டிருக்கக் கூடிய தவறுகள் சில நிகழ்வது உண்டு. அவற்றின் காரணமாக, பொருள் சேதம், கால விரயம் போன்றவை ஏற்படக்கூடும்.

அந்நிறுவனங்கள், அவற்றை மூடி மறைக்காமல், எந்தெந்த பணிகளில் இத்தகைய பொருள்சேதம், காலவிரயம் போன்றவை ஏற்பட்டன, அவற்றுக்கான காரணங்களாகக் கருதப்படுபவை யாவை, அத்தகைய தவறுகள் எவ்வாறு தவிர்த்திருக்கப் படமுடியும், என்பதனை *Lessons Learned From Mistakes* தவறுகளில் இருந்து கற்றுக்கொண்ட படிப்பினைகள் என்று ஆவணப்படுத்தி, நிறுவனத்தின் பல்வேறு தளங்களிலும் பகிர்ந்துகொள்வார்கள்.

இதன் மூலம், பிறரும் இத்தகையத் தவறுகளை இழைக்காமல் இருப்பதனை உறுதி செய்வார்கள்.

தனது தவறுகளில் இருந்து பாடம் கற்பதனைவிட, பிறரது தவறுகளில் இருந்து, பாடம் கற்பது என்பது மேலும் சிறந்தது ஆகும். எனவே, தவறுகளைத் தாமாக உணராவிட்டால் பிறர் சுட்டிக் காட்டும்போதாவது உணர வேண்டும்.

இதனை நாம், நமது அரசு நிர்வாக எந்திரம் ஆகியவற்றோடுகூட பொருத்திப் பார்க்கலாம்.

பெரும் விபத்து பேரிடர் குறித்த விவரங்கள், திடீர் நோய் பரவல் குறித்த விவரங்கள் போன்றவற்றை அரசு உடனடியாக, வெளிப்படையாகப் பகிர்ந்துகொள்ள வேண்டும்.

வெளிப்படையான அணுகுமுறை என்பது அரசு பெருநிறுவனங்கள் பொதுமக்கள் ஆகியோருக்குப் பொருந்தும்.

ஒவ்வொரு குடும்பத்துக்கும், ஒவ்வொரு பெற்றோருக்குமான விஷயம் இதில் அடங்கியிருக்கிறது.

குழந்தைகள் தங்களது தவறுகளை உணர, மூடி மறைக்காது இருக்க, அவற்றுக்கான பொறுப்பேற்றுக்கொள்ள, தயக்கமின்றி அவை குறித்து பேசிப் பரிசீலிக்க, தவறுகளில் இருந்து பாடம் கற்றுக் கொள்ள, மறுபடியும் அத்தகைய தவறுகளை இழைக்காமல் தவிர்க்க, பெற்றோர்கள் ஆசிரியர்கள் ஆகியோர் கற்பிக்கப் பழக்க வேண்டும்.

அவர்களுக்கு முன்னுதாரணமாக இருக்க வேண்டும்.

தவறுகளை உணரும் பழக்கம் மற்றும் தங்களது தவறுகளைத் திருத்திக்கொள்ள வாய்ப்புகள் தரப்படும் எனும் உணர்வு குழந்தைகளுக்கும், பதின்பருவத்தில் இருப்பவர்களுக்கும் மேலும் நேர்மையையும் தன்னம்பிக்கையையும் தரும்.

ஒவ்வொரு குழந்தைக்கும் சொல்லித் தரவேண்டிய இன்றியமையாச் செய்திகளுள் ஒன்று ‘பிழைகள் தவிர்க்கப் படவேண்டியவை மட்டுமே... மறைக்கப் படவேண்டியவை அல்ல’ என்பதும் ஆகும்.

- தினமணி: 26.12.2017.

28
கருத்துச் சுதந்திரம் காப்போம்!

'வலிமை மிக்கவர்கள் வைத்ததே சட்டம்' என்ற நிலை மாறி, எல்லாரும் சமம் எனும் நிலையை அடைய, மனிதஇனம் பல நூற்றாண்டுகளைக் கடந்திருக்கின்றது. அந்நிலையும், படிப்படியாகத்தான் எய்தப்பட்டது.

ஒரு மனிதனின் உள்ளத்தில் தோன்றும் கருத்துகளை, சுதந்திரமாகப் பிறருடன் பகிர்ந்துகொள்ள முடியாத சூழல் ஏற்படுமானால், அதனைவிடக் கொடூரமான நிலை வேறு எதுவும் இருக்க முடியாது.

அதிகாரத்தில் உள்ளவர்கள், தங்களுக்கு எதிராக கருத்துகள் பரவாதவண்ணம் தடுப்பது ஒருபுறமும், கருத்து சுதந்திரத்துக்குமான போராட்டம், இன்னொருபுறம் என தொடர்ந்து காலம் காலமாக நடைபெற்றுக்கொண்டுதான் இருக்கிறது.

ஆட்சியில் இருப்போர், கருத்துச் சுதந்திரத்தை முடக்குவதும், உரிமை வேட்கை கொண்டோர் அதனை எதிர்த்துப் போராடுவதும், உலகெங்கும் ஒரு தொடர்கதையாக நிலவி வருகிறது.

குறிப்பாக, கருத்துச் சுதந்திரம் என்பது, அரசு மற்றும் பலம் வாய்ந்த அமைப்புகளின் ஏராளமான எதிர்ப்புகளை மீறி வளர்ந்து, பின்னரே அங்கீகரிக்கப்பட்ட, ஏற்று கொள்ளப்பட்ட ஒன்றாக மாறியது.

உலகின் பல்வேறு நாடுகளில் இருந்து இதற்கு உதாரணம் காட்ட முடியும்.

அரசாங்கம், மக்களின் கருத்துச் சுதந்திரத்தில் தலையிடுவது அல்லது குரல் வளையை நெறிப்பது என்பது, கி.மு. ஐந்தாம் நூற்றாண்டிலேயே துவங்கிவிட்டது. கருத்துச் சுதந்திரத்துக்காக, மிகப் பெரும் விலையை சாக்ரடீஸ் தந்தார். அரசுக்கும் மதவாதிகளுக்கு எதிரான கருத்துகளை மக்களிடையே பரப்பியதற்காக மரண தண்டனை பெற்றார்.

‘ஜனநாயகத்தின் தொட்டில்’ எனப்படும் இங்கிலாந்தில், 15ஆம் நூற்றாண்டில், பெரும் வசதியும் செல்வாக்கும் மிக்கவராக விளங்கினார் தாமஸ் மோர் பிரபு.

இன்றும் பிரபலமாக விளங்கும் ‘யுடோபியா’ எனும் நூலை எழுதினார். ஆனாலும், அரசு, அரசர், மற்றும் மத அமைப்புகளையும் கேள்விக்குள்ளாக்கிய காரணத்துக்காக மரணதண்டனை விதிக்கப் பட்டு, கண்டம் துண்டமாக வெட்டி வீசி எறியப்பட்டார்.

15ஆம் நூற்றாண்டில், அச்சுக்கூடங்கள் துவங்கப்பட்ட பின்னர், எழுத்துகளும் கருத்துகளும் வேகமாக மக்களிடையே பரவியது; அதன் மூலம் அரசுக்கு எதிரான கருத்துகள் பரவுவதைத் தடுக்க அரசுகள், கடிவாளம் போட்டன.

பல நாடுகளில், அரசு அல்லது தேவாலயங்களின் அனுமதியின்றி புத்தகங்கள் அச்சிடப்படக்கூடாது என்ற தடை விதிக்கபட்டது. சில நாடுகளில், வெளிநாடுகளில் இருந்து இறக்குமதி செய்யப்பட்ட நூல்கள் சோதனைக்குப் பின்னரே அனுமதிக்கப்பட்டது.

‘இரும்புத்திரை’ கொண்ட, சோவியத்யூனியன் அமைப்பில், கருத்து மற்றும் எழுத்துச் சுதந்திரம் நெடுங்காலம் மறுக்கப்பட்டு, மீறிய பலர் சைபீரியாவில் ஆயுளைக் கழித்தனர்.

இரண்டாம் உலக யுத்தத்துக்கு முன்னர், ஹிட்லரின் ஆலோசகர் கோயபெல்ஸ், சுமார் இருபதாயிரம் புத்தகங்களை ஒரே சமயத்தில் தீயிட்டுச் சாம்பலாக்கினார். ‘புத்தகங்களைக் கொளுத்துவதில் துவங்குவது என்பது, மனிதர்களைக் கொளுத்துவதில் சென்று முடியும்’ என்ற கணிப்பு, துரதிர்ஷ்ட வசமாக உண்மையானது.

இதனை, நாம் யாழ்ப்பாணத்திலும் கண்முன்னே கண்டோம்.

‘வாளேந்தியவன் வாளால் அழிவான்’ என்பது பழங்கதை; ஆனால், சில மதவெறி அமைப்புகள், ‘எழுதுகோலால் வாழ்பவன், வாளால் அழிவான்’ என்ற புதிய அச்சுறுத்தலைப் பல நாடுகளில் முன்னிறுத்துகின்றன. அந்த அளவுக்கு எழுத்துகள் மீதும் கருத்துச் சுதந்திரத்தின் மீதும் வன்முறை கட்டவிழ்த்து விடப்படுகின்றது.

பல நாடுகளில், அரசின் அச்சுறுத்தல்கள் அதிகமாகும்போது, அதன் அதிருப்தியையும் கோபத்தையும் தவிர்ப்பதற்காக, ஊடகங்கள், ’சுய தணிக்கை’ செய்துகொள்ளும் ஒரு நிலையினை, அரசுகள் ஏற்படுத்தி விடுவதும் உண்டு.

இப்படியெல்லாம் நிகழ்ந்துகொண்டிருந்தாலும், இன்னொருபுறம் கருத்துச் சுதந்திரத்துக்கான முன்முனைப்பு நடைபெற்றுக்கொண்டுதான் இருந்தது. மிகச் சிறிய நாடான சுவீடன், எழுத்துச் சுதந்திரத்தினைச் சட்டபூர்வமாக அங்கீகரித்து, தணிக்கை முறையை அகற்றி பல நாடுகளுக்கு முன்னுதாரணமாக விளங்கியது.

அதன் பின்னரே, பிற நாடுகள் அதனை நடை முறைப்படுத்தின.

பெரும்பாலும் ஜனநாயகம் தழைக்காத நாடுகளில்தான் இத்தகைய கருத்துச் சுதந்திரம் மறுக்கப்படும் பிரச்சினைகள் எழும்; வேறு வார்த்தைகளில் சொல்வதென்றால், இத்தகைய பிரச்சினைகள் எழுவது என்பது, ஜனநாயகத்துக்கு ஊறு விளைவதற்கான அறிகுறியாகும்.

இது ஒருபுறமிருக்க, நம்நாடு கடந்து வந்த பாதையை நாம் கவனிப்போம்.

பல நூற்றாண்டுகளுக்கு முன்னர், 'மன்னர் எவ்வழி, மக்கள் அவ்வழி' எனும் நிலை இருந்தபோது, மன்னர் வணங்கும் தெய்வத்தையே மக்களும் வணங்கும் கட்டாயமும் நிலவியது.

ஒரு நாற்றாண்டுக்கு முன், ஆங்கிலேய ஏகாதிபத்தியம் நடைபெற்றபோது, நம் நாட்டில் பத்திரிகைகள் பெரும் இன்னலுக்குள்ளாகின.

பத்திரிகைகள் புத்தகங்கள் வெளியிட, காவல்துறையின் அனுமதி என்பது கட்டாயமாக்கப் பட்டது. 'தேச விரோத' எழுத்துகள் என்பன, நீதித்துறையால் அல்ல, காவல்துறையால் நிர்ணயம் செய்யப்பட்டது.

இரண்டாம் உலக யுத்த காலத்தில், ராணுவத்துக்கு முன்னுரிமை தரப்பட்டு, உணவுப்பொருட்கள் அனுப்பப்பட்டது; இதனால், செயற்கையான பெரும்பஞ்சம், குறிப்பாக வங்காளத்தில் நிலவியது. பல லட்சம் பேர்களைப் பலி வாங்கிய, 'அரசால் உருவாக்கப்பட்ட பஞ்சம்' குறித்து எழுதிய பத்திரிகைகள் தடை செய்யப்பட்டன; சாமான்ய மக்கள் அனுபவித்த கொடுமைகள், பிறருக்குத் தெரியாத வண்ணம் மறைக்கப்பட்டது.

நம் நாட்டில் நெருக்கடி நிலையின்போது, எழுத்து, பேச்சு உரிமை முழுமையாக மறுக்கப்பட்டது. இது இந்த தலைமுறையினரில் பலருக்கும் தெரிந்திருக்க நியாயமில்லை. அத்தகைய கசப்பான நினைவுகள் மறப்பதற்கில்லை; மாறாக, ஜாக்கிரதை உணர்வுடன் நினைவில் நிறுத்த வேண்டியவை.

ஆக, கருத்துச் சுதந்திரத்தினை உயர்த்திப் பிடிக்க ஏராளமானோர் பெரும் விலை கொடுத்துள்ளனர். அதனை நசுக்குவதற்காக, எத்தனையோ அரசுகள் கடும் முயற்சிகள் மேற்கொண்டுள்ளன.

சில தனி மனிதர்கள், நீதிமன்றங்களுக்குச் சென்று, போராடி பெற்ற உரிமைகள், இன்று பலருக்கும் பலனளிக்கிறது.

இந்தியாவைப் பொறுத்தமட்டில், அயல் நாடுகளைச் சார்ந்த உலக அமைப்புகள், இவை தொடர்பாகத் தரும் சில அறிக்கைகள், சற்று குழப்பமான சமிக்ஞைகளைத் தருவதனை மறுப்பதற்கில்லை.

பலர் போராடிப் பெற்ற உரிமைகளையும் – கருத்துச் சுதந்திரத்தையும் சிறப்புறப் பேணிப் பாதுகாக்கும் வகையில் விழிப்புணர்வுடன் இருக்க வேண்டியது நம் ஒவ்வொரு குடிமகனின் கடமையும் ஆகும்.

- தினமணி: 18.09.2018.

29
மாற்றங்களுக்குத் தயாராகட்டும் மனம்!

தற்போதைய உலகம் 'ஒரு ஓட்டப் பந்தயக் களம்' போன்றது; இங்கு அறிவிக்கப்படாத போட்டி நிகழ்ந்துகொண்டிருக்கிறது. அவரவர் துறையில் முதலிடத்தைத் தேடி ஓடுதலும், பொருள் தேடல், உயர்ந்த இடத்தைப் பிடிப்பது என்ற போட்டியில், கற்றோர், கல்லாதவர், ஏழை, பணக்காரர், தனி நபர், நிறுவனங்கள் என அனைவரும் ஓடிக் கொண்டிருக்கின்றனர்.

இப்போட்டியின் வேடிக்கையான அம்சம், இதன் களவிதிகளும் நாள்தோறும் மாறுவதுதான். நேற்றைய விதிகளுக்கேற்ப, இன்று தம்மை தயார் செய்துகொள்பவர், நாளையப் பந்தயத்தில் கலந்து கொள்ளவே முடியாது எனுமளவுக்கு மாறுதல்கள் நிகழ்கின்றன.

பெரும் தொழில் மற்றும் சேவை நிறுவனங்களைப் பொருத்தவரை, தொழில்நுட்ப மாறுதல்கள், மாறிவரும் நுகர்வோர் தேவைகள், சேவையில் புது நோக்கு, நூதன சேவை அல்லது பொருட்கள் என பல மாறுதல்களுக்கு ஈடுகொடுப்பவர்கள் மட்டுமே இந்தக் களத்தில் நிற்க முடியும்.

வெற்றிகரமான நிறுவனங்கள் எல்லாவற்றிலும் ஒரே பொது அம்சம், அவை மாற்றங்களுக்கு ஈடுகொடுப்பதுதான். நூறு ஆண்டுகளைக் கடந்த பல பெரிய நிறுவனங்கள்கூட, தங்களது நிர்வாகத்திலும், நோக்கிலும் மாறுதல்களை வேகமாகச் செயல்படுத்தாததால் காணாமல் போவதைப் பார்க்கிறோம்.

இதுதவிர, இன்னொருபுறம், மாற்றங்களை தொழில்நுட்ப ரீதியாக ஏற்படுத்துவதும் மற்றும் சந்தையில் நுகர்வோர் மனங்களில் அந்த மாற்றங்களை ஏற்புடையதாகச் செய்யும் நிறுவனங்களுமே நீண்ட காலம் நிலைத்து, பிற நிறுவனங்களுக்கு முன்னோடியாக நிற்க முடிகிறது.

நிறுவனங்களுக்குப் பொருந்தும் இவ்விதிகள், அதில் பணிபுரிவோருக்கும் பொருந்தும். தனது நிறுவனத்தில் மாறிவரும் சூழலுக்கேற்ப அதில் பணிபுரிபவர்கள் தம்மை செம்மைப்படுத்திக் கொள்வர். நிறுவனங்களும் அவர்களுக்குரிய பயிற்சி வசதிகளையும் வாய்ப்புகளையும் ஏற்படுத்துகின்றன.

இவர்கள் தமது பலம் பலவீனம் ஆகியனவற்றைத் தொடர்ந்து பரிசீலித்து, பலத்தினைப் பெருக்கியும், பலவீனங்களை பலமாக மாற்றுவதனையும், ஒரு நடைமுறையாகக் கொள்வதனைக் காணலாம்.

இப்படி நிறுவனத்தின் நோக்கத்துக்கும் தேவைகளுக்கும் ஏற்ப தனது திறமையை வளர்த்துக்கொள்பவர்கள், வெற்றி பெறுகிறார்கள்; அதிகாரப் படிக்கட்டுகளில் ஏறி மேற்செல்லுகிறார்கள். மாறுதல்களுக்கு தங்களைத் தயார் செய்யாதவர்கள் தேங்குகிறார்கள்.

தனியார் மற்றும் பன்னாட்டு நிறுவனங்கள் இவ்வாறிருக்க, அரசுத்துறை ஆமை வேகத்தில்தான் மாற்றங்களை எதிர்கொள்கிறது. பெரும்பாலான தனியார் அல்லது பன்னாட்டு நிறுவனங்களில், கருத்துப் பரிமாற்றத்துக்கு ஒருவரது பதவி அல்லது வயது தடைக்கல்லாக இருக்கமுடியாது. தனது மூத்த அதிகாரியின் தவறுகளைக்கூட ஒருவரால் துணிச்சலோடு சுட்டிக்காட்ட முடியும். அவரது கருத்துகளை விட நல்ல, புதிய, மாற்றுக் கருத்துக்களை முன்வைத்து அதன் சாதக பாதகங்களை வாதிட முடியும். ஆனால், ஒரு தாசில்தார் அலுவலகத்திலோ அல்லது ஒரு மாவட்ட போலீஸ் அதிகாரி அலுவலகத்திலோ இப்படி ஒரு ஊழியர், தனது அதிகாரிக்கு ஆலோசனையை உரிமையோடு கூற முடியுமா?

இன்னும், நாம் பிரிட்டிஷார் காலத்தில் இருந்த அதே மனோ பாவத்தோடு, மாற்றங்களுக்கு இடம் கொடுக்காமல் இருக்கிறோம். பல நிர்வாகச் சீரமைப்பு கமிஷன் சிபாரிசுகள் வந்தாலும், கள நிலவரம் மாற்றங்களை ஏற்காமல் இன்னமும் நம்மை பிரிட்டிஷ் காலத்தில் வைத்திருப்பதனை மறுக்க முடியாது.

நிறுவனங்கள், அரசுத்துறை என்பவற்றைத் தாண்டி, மாற்றம் குறித்துப் பேசும்போது மிக முக்கியமாக கவனிக்கப்பட வேண்டியவர்கள் இன்றைய இளைஞர்கள் ஆவர். பெற்றோரைச் சார்ந்திருப்பவர் என்ற நிலையிலிருந்து தனித்து நிற்பவர் என்ற நிலைக்கு மாற வேண்டிய இளைஞர்களை அத்தகைய மாறுதல்களுக்கு தயார் செய்ய வேண்டிய பொறுப்பு, பெற்றோருக்கும், ஓரளவு ஆசிரியர்களுக்கும் உள்ளது.

இளைஞர்கள் அவர்களது எதிர்காலத்தைத் தாமே உருவாக்கிக் கொள்ள, பெற்றோர் கிரியா ஊக்கியாகச் செயல்பட்டு, அவர்களுக்குச் சவால்களை எதிர்கொள்ளும் பழக்கத்தினை ஏற்படுத்தவும், சோதனை முயற்சிகளில் ஈடுபட அனுமதிக்கவும் வேண்டும். தவிர, மாறுதல் என்பது ஒருவழிப்பாதை அல்ல. இங்கு, பெற்றோரும் மாற்றங்களுக்குத் தம்மைத் தயார்படுத்திக்கொள்ள வேண்டும்; இளைஞர்கள் வளரும்போது அவர்களுக்குரிய இடத்தைத் தந்து, பல விஷயங்களில் தங்களது உரிமையை விட்டுத்தர முன்வர வேண்டும். மேலும் அவர்கள், தங்களது பிள்ளைகளுக்கு சில முக்கிய கேள்விகளை, பதின்பருவம் தாண்டி இருபதுகளை எட்டுபவர்களுக்கு வைக்கலாம்.

ஆங்கிலத்தில் *'what if situations'* என்று சொல்லப்படுகின்ற 'ஒருவேளை இப்படி நடந்தால்?' என்று பல புதிய சூழல்களை கற்பனையாக உருவாக்கி, அதற்கு, தீவிரமாக விடை தேட கற்றுத்தருதல் பெரும் பயனளிக்கும்.

நாளைக்கே நான் வேலையை இழந்தால்? அடுத்த மாதம் நமக்கு சில லட்சம் பணம் கிடைத்தால்? ஒரு தொழிலில் பங்குதாரராக இருக்கும் வாய்ப்பு வந்தால்? ஒரு குடியிருப்பு வளாகத்துக்குத் தலைவராகப் பொறுப்பேற்றால்? ஒரு விழாவினை நடத்தும் பொறுப்பு தரப்பட்டால்? மொழி தெரியாத வெளியூரில் வேலை கிடைத்தால் ... என்ற பல கேள்விகளை எழுப்பி, அவற்றுக்குத் திட்டங்களைத் தீட்டச் செய்யலாம். இவை புது சூழலை கற்பனை செய்யவும், அதற்கேற்ப சிந்தனையை விரிவுபடுத்தவும் செய்யும்.

சில சவாலான வேலைகளை சுதந்திரமாக மேற்கொள்ள வைப்பதும், இன்னும் ஐந்து வருடங்கள், பத்து வருடங்களுக்குப் பிறகு எந்த இடத்தினை அடையப்போகிறார்கள், அதற்கான தயாரிப்புகள், திட்டங்கள் எவை என்பன போன்ற கேள்விகளையும் எதிர்கொள்ளும்போதும், இளைஞர்கள் மாறுதல்களை எதிர்கொள்ளத் தயாராவார்கள்.

ஒரு விஷயம்... இளைஞர்களுக்கு, பழகிய பாதையில் பயணிப்பது எளிதாக, பாதுகாப்பாக இருக்கலாம். ஆனால், அது அவர்களை மாறுதல்களை சந்திப்பதற்குத் தயார்படுத்தாது. எனவே, மாற்றம் ஒன்றே மாறாதது என்பதனை அவர்கள் புரிந்துகொள்ள வேண்டும்.

அவர்களை மாற்றங்களுக்குத் தயார்படுத்துவது மட்டுமல்ல, மாற்றங்களை ஏற்படுத்த தயார் படுத்துவதும் மேலும் சிறந்தது.

- தினமணி: *30.03.2018.*

30
அறிவியல் மகளிரை ஊக்குவிப்போம்!

'ஒரு நாட்டின் நீடித்த வளர்ச்சி என்பது அதன் சமூக – பொருளாதார – சுற்றுப்புறச்சூழல் ஆகியவற்றின் இடையறாத வளர்ச்சியினை அடிப்படையாகக் கொண்டதாகும்' என வல்லுநர்கள் கூறுகிறார்கள். வளர்ச்சி என்பது மாற்றம் என்பதனை அடித்தளமாகக் கொண்டது. மாற்றங்கள் என்பன அறிவியல் சார்ந்த ஆராய்ச்சிகளின் வெளிப்பாடு.

இன்னொரு கோணத்தில், மக்களில், பெண்கள் சரிபாதி இருப்பதால், வளர்ச்சி என்பது, பெண்கள் முழுமையாக அதிகாரம் பெற்று எல்லாத்துறைகளிலும் பங்களிப்பு தரும்போதுதான் ஏற்படும்.

பெண்கள் பங்களிப்பு குறைவாக இருக்கும் நாடுகள் சமூக பொருளாதார முன்னேற்றக் குறியீடுகளில் பின்தங்கி உள்ளதனை யுனெஸ்கோ சுட்டிக்காட்டுகிறது. எனவே, குறிப்பாக, பெண்களின் பங்கேற்பும், பங்களிப்பும், பணிமுடிவெடுத்தல் உள்ளிட்ட அதிகார அமைப்பு ஆகிய துறைகளிலும் இருப்பதனை உறுதிசெய்தல் அவசியம்.

அதற்கான, முக்கியமான கருவியாக அமைவது, பெண்களுக்கான அறிவியல் கல்வியாகும். அதிலும் குறிப்பாக, அறிவியல் ஆராய்ச்சித் துறையில் அவர்கள் பங்குபெறுவதும், பரிணமிப்பதும் மிக அவசியம் என கருதப்படுகிறது.

இவ்வடிப்படையில், பெண்கள் முன்னேற்றம், அறிவியல் என இவ்விரு தளங்களையும் ஒருங்கிணைத்து, 'உலக நாடுகளின் பெண்கள் மற்றும் மாணவியர் அறிவியல் தினம்' என யுனெஸ்கோ, ஆண்டுதோறும், 11 பிப்ரவரியில் கொண்டாடுகிறது.

பல்வேறு நாடுகளின் அரசுகள், அரசு சாராத நிறுவனங்கள், கல்வி நிறுவனங்கள், பல்கலைக்கழகங்கள் போன்றவை மக்களிடையே, பெண்களின் உயர்கல்வி அறிவியல்துறையில் ஈடுபடுவது குறித்த விழிப்புணர்வினை ஏற்படுத்தவும், அறிவியல்துறையில் பெண்களின்

நிலை மற்றும் பங்களிப்பு குறித்து அலசுவதற்கும் ஏதுவாக இந்நாள் பயன்படுத்தப்படுகிறது.

இப்பின்னணியில், நமது நாட்டில் பெண்கள் சார்ந்த அறிவியல் கல்வி மற்றும் அவர்களது ஆராய்ச்சித்துறையில் பங்களிப்பினை நோக்குவோம்.

இந்தியாவில், கல்வி கற்போர், ஆண்களில் 81 சதவீதமாகவும், பெண்களில் 65சதவீதமாகவும் உள்ளது. கடந்தகாலத்தைவிட, இவை நிச்சயமாக அதிகம் என்றாலும், பெண்கள் கல்வி இன்னும் அதிகரிக்க வேண்டியது என்பதனை மறுப்பதற்கில்லை.

அடுத்தகட்டமாக, கல்லூரிக்கல்வி பயின்றவர்களில் 0.25 சதவீதத்துக்கும் குறைவானவர்களே மேற்படிப்பினைத் தொடர்ந்து ஆராய்ச்சித்துறைக்குள் நுழைகின்றனர். அவர்களிலும், ஆண்கள் 65 சதவீதமாகவும், பெண்கள் 35 சதவீதமாகவும் உள்ளனர். இவர்களிலும், பெண்கள், பல்வேறு காரணங்களால், இடைநிற்றல் காரணமாக ஆய்வினை முடிக்காமல் இருப்பதும் கவனிக்கத்தக்கது.

மேலை நாடுகளில், குறிப்பாக அமெரிக்காவில், கல்லூரிக் கல்வி பயின்றவர்களில் ஐந்து சதவீதத்துக்கும் அதிகமானோர் ஆராய்ச்சிகளில் ஈடுபடுகின்றனர்; அவர்களில் பெண்கள் சரிபாதியினராக இருப்பதும் குறிப்பிடத்தக்கது.

நம் நாட்டில், அறிவியல் ஆராய்ச்சியில் பெண்கள் குறைவாக ஈடுபடுவதன் காரணங்களையும், அவர்கள் எண்ணிக்கை அதிகரிக்க என்ன செய்ய இயலும் என்பதனை நோக்குவோம்.

பல்கலைக்கழகங்களின் பார்வை, மாணவர்கள், ‘வேலை வாய்ப்பு’ என்பதனை நோக்கமாக இருப்பது என்ற நிலை மாறி, ஆராய்ச்சியினை நோக்கி மாணவர்களை உந்துவதாக அமைய வேண்டும். கல்வி பயில்வோரும் ‘வேலைதேடுவதனைத் தாண்டிய’ விசாலப் பார்வையுடன் கல்வியை அணுக வேண்டும். தவிர, பெண்கள் உயர் கல்வி மற்றும் ஆராய்ச்சி சார்ந்த கல்வியில் ஈடுபடுவதனை ஊக்கப்படுத்துவதில் பெற்றோருக்கு மிக முக்கியமான பங்குண்டு.

சமூகம் ஏற்படுத்திய சில கட்டுப்பாடுகள், தளைகள், தவறான நம்பிக்கைகள் போன்றவை, பெண்களின் ஆராய்ச்சி சார்ந்த கல்விக்குப் பெரும்தடையாக விங்குகின்றன. உதாரணம்: குறிப்பிட்ட வயதுக்குள் பெண்களின் திருமணம், குழந்தைகளைப் பராமரித்தல், பெண்கள் கணவனைச் சார்ந்திருக்க வேண்டும் என்ற கோட்பாடுகள் போன்றவை.

இவற்றினைக் கடந்து, பெண்கள் ஆராய்ச்சிக்குள் நுழைந்தாலும், அவர்களுக்குக் கணிசமான உதவித்தொகை வழங்கப்பட்டாலும், ஆராய்ச்சி என்பது காலை 9 மணியிலிருந்து மாலை 6 மணிக்கான வேலை அல்ல; மாறாக, நேர வரைமுறையற்ற ஒன்றாகும். இதுவும் பெண்களுக்கு ஒரு முக்கிய தடைக்கல்லாக இருக்கிறது. இவற்றின் காரணமாக, பெண்கள் ஆராய்ச்சிக் கல்வியில் ஈடுபடப் பெருமளவு தயங்குகின்றனர்.

இவற்றைக் கருத்தில் கொண்டு, சமுதாயத்தில் பெண்களின் மேல்படிப்பு குறித்த அணுகுமுறையில் மாற்றத்தை ஏற்படுத்துவதில் மகளிர் அமைப்பு உட்பட அனைத்து அமைப்புகளும் ஈடுபடவேண்டும். பெண் அறிவியலாளர்கள், அவர்களது சாதனைகள் போன்றவை, அவர்கள் எந்த நாட்டவராக இருப்பினும், பொதுவெளியில் அதிகம் கொண்டாடப்படும் சூழல் நிலவ வேண்டும்; அது நம் நாட்டு மாணவியருக்கு ஊக்கமாக அமையும்.

பெண்கள் ஆராய்ச்சிப் பணிகளில் ஈடுபடும்போது, அவர்கள் குடும்பம், குறிப்பாக குழந்தைகள் பற்றிய மனக்கவலை தோன்றாதிருக்க, பல பன்னாட்டு நிறுவனங்கள் ஆய்வுவளாகத்தில் மழலையர் காப்பகங்களை நிறுவுகின்றன. இதனைப் பல்கலைக்கழகங்களும் செயல்படுத்தலாம்.

பெண்கள் ஆராய்ச்சி செய்யும் பல்கலைக்கழகங்கள் அமைந்திருக்கும் ஊரிலோ மிக அருகிலோ, அவர்களது கணவன்மார்களுக்குப் பணியிட மாற்றம், குழந்தைகளுக்குப் பள்ளிக்கூடத்தில் சேர்க்கும் முன்னுரிமை என தனியார் மற்றும் அரசுத்துறை ஆகியன உறுதி செய்ய வேண்டும். இது போன்ற ஊக்கங்கள் தரப்படும்போது, பெண்கள் தம்மைச் சுற்றிக் கட்டப்பட்டிருக்கும் தடைகளைக் கடந்து மென்மேலும் உயர்கல்வி மற்றும் ஆராய்ச்சித்துறையில் ஈடுபட முன்வருவர்.

இதன் மிக முக்கியமான பலனாக, நாட்டில் கற்றோர் மற்றும் அதிக முனைவர்கள் உருவாவது மட்டுமின்றி, நாட்டு மக்களிடையே அறிவியல் நோக்கு (Scientific Temper) பெருகுவதும் உறுதி.

குறிப்பாக, குழந்தைகள், தாய்மார்களின் அரவணைப்பில் வளர்வதால், சிறுவயதிலேயிருந்தே பிள்ளைகளுக்கு அறிவியல் நோக்கு விசாலப்படும். இவை எல்லாவற்றையும்விட, நம் நாட்டு மக்களிடையே, சுதந்திரம் கலந்த தன்னம்பிக்கை உணர்வு வலுப்பெறும் என்பதும் உறுதி.

- தினமணி: 11.02.2020.

31

சோறு நிதந்தேட மட்டுமா கல்வி?

சுதந்திரப் போராட்டத்தின்போது, மாணவர்களை கல்விச் சாலைகளைப் புறக்கணிக்க அறைகூவல் விடுத்தனர், காந்திஜியும் மற்ற தலைவர்களும். அதனை ஏற்று கல்விக்கூடங்களை மாணவர்கள் புறக்கணித்தனர். தொடர்ந்து பல போராட்டங்களில் பங்கு கொண்டனர்.

இது தவிரவும், காந்திஜியின் கொள்கைகளாலும் செயல்களாலும் ஈர்க்கப்பட்ட பல மாணவர்கள், தீண்டாமை ஒழிப்பு, சுதேசி பொருட்கள் இயக்கம் உள்ளிட்ட பல பணிகளிலும் பங்கெடுத்தனர். இதனால், ஏராளமான மாணவர்கள் படிப்பைத் தொடர முடியவில்லை; பலர் கைது செய்யப்பட்டனர்; பலர் மரணத்தையும் தழுவினர். சுதந்திரத்துக்குப் பின்னரும் மாநில அளவில் மாணவர்கள், இந்திப் எதிர்ப்புப் போராட்டம், ஜெயபிரகாஷ் அவர்களின் பீகார் இயக்கம், அசாம் மாணவர்கள் இயக்கம் போன்றவற்றிலும் பெரும் பங்கெடுத்தனர்.

இத்தகைய பின்னணியில், இன்றைய நிலையை நாம் சிறிது பார்ப்போம்:

இன்று, பொய்யும் முறைகேடுகளும் சுரண்டலும் பல மாநிலங்களில் தலைவிரித்து ஆடுகிறது.

மாற வேண்டிய சூழலில் சமுதாயம் இருக்கின்றது. ஆயினும், மாணவர்களை பொதுவாழ்வுக்கு யாரும் அழைப்பதும் இல்லை, மாணவர்களும் இந்தத் தீமைகளைக் கண்டு கொண்டது போலவும் தெரியவில்லை.

30 - 40 ஆண்டுகளுக்கு முன்னர், பொதுவாக எல்லா மாணவர்களும் ஏதேனும் ஒரு சமூக அமைப்பு அல்லது அரசியல் இயக்கத்தில் உறுப்பினர்களாக இருப்பார்கள்; கல்லூரி வளாகத்தில் நாட்டுநடப்பு குறித்த விவாதங்கள், அவற்றின் சாதக பாதகங்கள் அலசப் படும்; ஆனால் இன்று அவர்கள் அப்படிப்பட்ட ஈடுபாட்டைக் காட்டுவதில்லை!

இன்று ஏராளமான மாணவர்கள் ஏதேனும் ஒரு திரைநடிகரின் ரசிகராகப் பெருமையுடன் தன்னை அடையாளம் காட்டிக்கொள்கின்றனர்.

நிஜ வாழ்வில் உத்வேகத்தைத் தரக்கூடிய சீலர்களை அவர்கள் கண்டிராத காரணத்தால், அவர்கள் நிழல் உலகத்தில் அப்படிப்பட்ட பிம்பங்களைத் தேடி எடுத்துக்கொள்கிறார்கள்; தமது திறமையையும் நேரத்தையும் வீணடிக்கிறார்கள்.

விதிவிலக்காக ஒரு ஆறுதலான விஷயம், சமீபத்திய மழைவெள்ளப் பேரிடரின்போது மாணவர்கள் நிவாரணப்பணிகளில் காட்டிய ஈடுபாடு.

ஆக, ஒரு புறம் மாணவர்கள் சமூகப் பிரக்ஞை அற்று இருப்பது மகிழ்ச்சி தரவில்லை; மாறாக திரைப்படம், கேளிக்கை, மது போன்றவற்றில் மனத்தைப் பறிகொடுப்பது வருத்தம் தருகிறது.

இந்த அளவுக்கு, மாணவர்கள் சமூக அக்கறை இன்றி இருப்பதற்கு நமது கல்வி முறையும் ஒரு காரணமா என்ற ஐயம் எழுகிறது.

கல்வி என்பது, படித்து முடித்த பின்னர், மாணவர்களை ஒரு வேலைக்கு – தொழிலுக்குத் தகுதியுடையவர்கள் ஆக்க வேண்டும் என்று விரும்புவது தவறாகாது.

இது தவிரவும், அவர்கள் தங்களது துறையில் ஆராய்ச்சி செய்து, அதன் பலனை சமூகத்துக்கு வழங்கும் அளவுக்கு, கல்வி மாணவர்களை உருவாக்க வேண்டும்.

அதற்கு மேலும், நற்சிந்தனை – நற்குணம் – பண்பாடு – அறிவாற்றல் – தார்மீக நெறிகளைக் கடைபிடிக்கும் பழக்கம் ஆகியவற்றையும் கல்வி தரவேண்டும். இது தவிரவும், முக்கியமாக சமூக அக்கறையையும், தேவை ஏற்படும்போது தன்னை சமூகப் பணிகளில் ஈடுபடுத்திக்கொள்ளும் முனைப்பையும் கல்வி தரவேண்டும்.

சுருங்கச் சொல்வதானால் கல்வியானது, நல்லறிவும், நற்குணங்களும், சமூக அக்கறையும், செயல்திறனும் ஒருங்கே தரவேண்டும்; இல்லையேல், கல்வியின் நோக்கமே சிதறிவிடும்.

மாணவர்கள் வீதியில் இறங்கி, கலவரங்களில் ஈடுபட வேண்டும் எனச்சொல்வது இக்கட்டுரையின் நோக்கம் அல்ல. ஆனால், சிறுமை கண்டு எழ வேண்டிய நியாயமான கோப உணர்வுகூட இன்றி மாணவர்கள் இருப்பது ஆதங்கத்தைத் தருகிறது.

கல்வி என்பது, நல்ல பிரஜையை உருவாக்க வேண்டும்; கல்லூரிப் படிப்பை முடித்து வாழ்வைத் துவக்கும் போதாவது, அந்தப் பிரஜைக்கு,

'தான் இந்த சமுதாயத்தின் அங்கம்' என்ற உணர்வும், தன்னைச் சுற்றி, தவறுகள் நேரும்போது அதனைச் சீர் செய்ய வேண்டிய கடமை தமக்கும் உண்டு என்பதனை உணரும் அளவுக்கேனும் பொதுநல உணர்வு கொண்டவர்களாக அவர்கள் கல்விக்கூடங்களில், தயார் செய்யப்பட வேண்டும்.

ஆனால், நடப்பது என்ன..?

அரசுப் பள்ளிகளில் எட்டாம் வகுப்பு வரை யாரையும் 'ஃ' பெயில் ஆக்கக்கூடாது எனும் சர்ச்சைக்குரிய திட்டம்(no detention policy); அதனைத் தொடர்ந்த ஆண்டுகளில், பள்ளிக்கூடத்தில் நல்ல 'ரிசல்ட்' காட்ட வேண்டிய நிர்பந்தம்; ஆசிரியர்களுக்குப் போதுமான தொடர் பயிற்சியின்மை, காளான்களாக முளைக்கும் தரக்குறைவான ஆசிரியர் பயிற்சிகூடங்கள் போன்றனவும் கல்வியில் தரக்குறைவை ஏற்படுத்துகின்றன.

இச்சூழல், மாணவர்களை நன்றாகக் கற்க ஊக்கப்படுத்துமா அல்லது பொறுப்பற்ற நிலைக்குத் தள்ளுமா? ஆசிரியர்கள் நல்ல கல்வியையும் பண்புகளையும் கற்றுத் தராது, ஏனோதானோ என்று எதையாவது சொல்லித் தரும் நிலைதான் மிஞ்சுகிறதா?

தனியார் கல்விக்கூடங்களிலும் பெரும்பாலும் மாணவர்கள் மதிப்பெண் பெறும் எந்திரமாக மாற்றப்படுகிறார்கள்; திறமை வளர்க்கப்படுவதற்குப் பதிலாக மதிப்பெண் பெறுவது குறித்த மன அழுத்தத்தை உண்டு பண்ணுகின்ற இடமாக பல தனியார் பள்ளிகளும் கல்லூரிகளும் நிலவுகின்றன.

இப்படி, சமூக அக்கறை வளர்வதற்கான சூழல் பெரும்பாலான தனியார் பள்ளிகளிலும் கல்லூரிகளிலும் இல்லை என்பதும், மதிப்பெண்களையும், சம்பாதிக்க ஒரு வேலையையும் தாண்டி சிந்திக்காத மாணவர்களை நம் கல்விக்கூடங்கள் தயாரிக்கின்றன என்பதும் வருந்த வைக்கும் உண்மை!

கல்வி ஒரு வேலையைப் பெறும் தகுதியை தரவல்லதுதான். ஆனால் அது மட்டும்தான் கல்வியின் பயனா? சோறு நிதந்தேட மட்டுந்தானா கல்வி? தன்னைச் சுற்றியுள்ள சமூகத்தைக் கிஞ்சித்தும் சிந்திப்பதற்கு வழி வகுப்பது இல்லையா நம் கல்விமுறை? பாரதி, உலுத்தரை இகழச் சொன்னான்... ரௌத்திரம் பழகச் சொன்னான்... லோகநூலைக் கற்றுணரச் சொன்னான். இவற்றை, நம் கல்வி, மாணவர்களுக்குச் சொல்லிக்கொடுக்கிறதா..? பழக்குகிறதா?

இந்தச் சூழ்நிலையில், மாணவர்களை சிந்தனைத்திறன், பண்புகள், குணநலன்கள் ஆகியவற்றோடு, சமூக அக்கறை உள்ள செயல்திறன் பெற்றவர்களாக வெளிக்கொணர்வதில், பெற்றோர்–ஆசிரியர்கள்– சமூகம் என எல்லாருக்கும் பொறுப்பு பலமடங்காக உயருகிறது. அத்தகைய மாறுதலுக்கு நம்மாலான வழிமுறைகள் சிலவற்றைக் காண்போம்:

பெற்றோர்களின் பங்கும் ஈடுபாடும்:

- ‘‘பெற்றோர்களே பிள்ளைகளின் முதல் ஆசிரியர்கள்... பள்ளிக்கூடம் பிள்ளைகளின் இரண்டாவது குடும்பம்’’ என்று சொல்லப்படுவதுண்டு. பெற்றோர்களது நல்ல பழக்க வழக்கங்களே, மாணவர்களை அவ்வழியில் செல்லத் தூண்டும். அதேபோல, சமூகப் பிரக்ஞை அற்ற பெற்றோர்கள், அப்படிப்பட்ட சமூக அக்கறையற்ற பிள்ளைகளையே உருவாக்க வாய்ப்பு அதிகம்.

- ஒரு குடும்பத்தின் பராம்பரியத்தையும் முன்னோர்களது உழைப்பையும் சிறப்பையும் அறிந்திருந்தவனே, குடும்பப் பெருமையைக் காக்கவும் உயர்த்தவும் முயற்சிப்பான்; இது, தனி குடும்பத்துக்கு மட்டுமல்ல, நாட்டுக்கும் பொருந்தும். ஒவ்வொருவரும், தம் நாட்டின்–தம் மொழியின் வரலாற்றையும் சிறப்பையும் தெரிந்திருக்க வேண்டியது அவசியம். ஆனால் பெருவாரியான மாணவர்கள் பள்ளியில் சுவாரசியம் காட்டாத பாடம், சரித்திரம் ஆகும். பாடத்திட்டமும் சரித்திரத்தை முழுமையாகச் சொல்லித் தர இயலாது. எனவே, சரித்திரம் குறித்த ஈடுபாட்டினை, பள்ளிகூடத்துக்கு உள்ளும் வெளியிலும் உருவாக்க வேண்டிய பொறுப்பு, ஆசிரியர்களுக்கும் பெற்றோர்களுக்கும் இருக்கிறது.

- "இன்றைய சமுதாயத்தில் தார்மீகக் கோட்பாடுகள் முன்பை விடக் குறைந்திருக்கிறது – அதற்குத் தாமும் காரணம்" என்பதனை பெற்றோர் உணர்ந்தால்தான், அவர்கள் பிள்ளைகளுக்குச் சரிவர வழிகாட்ட முடியும். இதன் அடிப்படையில், பெற்றோர் – மாணவர்கள் இடையே கருத்துப் பரிமாற்றம், புரிதல் போன்றவை மாணவர்களிடையே சமூகப் பிரக்ஞையை மேலும் அதிகப்படுத்தும்.

- பொது நலன் கருதி, நகரில் நடக்கும் நல்ல கருத்தரங்கங்கள் விவாதங்களுக்கு பெற்றோர், மாணவர்களை அங்கு சென்று வர

ஊக்கப்படுத்த வேண்டும். இது அவர்களின் சமூகப் பார்வை விரிவுபட உதவும்

- பெற்றோர்–ஆசிரியர் சங்கங்கள் பெரும்பாலான பள்ளிகளில் முறையாகச் செயல்படுவது இல்லை. இவை சரிவர செயல்பட்டால், ஆசிரியர்களின் கற்பிக்கும் திறன் குறித்த தகவல் கருத்துப் பரிமாற்றம் (feedback) ஏற்படும்; அது ஆசிரியர்கள் பெற்றோர் ஆகியோரது பொறுப்புணர்வையும் அதிகரிக்கும்.

- எல்லாவற்றினும் மேலாக, கல்விமுறை அதன் குறைநிறைகள் குறித்து, நிபுணர்களும், கல்வியாளர்களும் தங்களது மேலான கருத்துகளை மக்களிடையே விழிப்புணர்ச்சி ஏற்படுத்தும் வகையில் வைராக்கியத்துடன் தெரிவிக்க வேண்டிய கடமை உள்ளது.

இத்தகைய செயல்பாடுகள், எளிமையானவை; இவை, மாணவர்களிடம் நல்ல மாறுதல்களை ஏற்படுத்தி அவர்களை இன்னும் பொறுப்புள்ள பிரஜைகளாக உருவாக்கும் என்று நம்பலாம்.

- *தினமணி: 14.06.2016.*